பார்வையிலிருந்து சொல்லுக்கு

# பார்வையிலிருந்து சொல்லுக்கு

ப. கல்பனா

**பார்வையிலிருந்து சொல்லுக்கு**
கவிதைகள் • ப. கல்பனா©
முதல் பதிப்பு: டிசம்பர் 2018 • பக்கங்கள்: 124
வெளியீடு: பரிசல் வெளியீடு, 216, முதல் தளம், திருவல்லிக்கேணி
நெடுஞ்சாலை, திருவல்லிக்கேணி, சென்னை 600005
பேச: 9382853646 • parisalbooks@gmail.com
வடிவமைப்பு: ஆதி, 9994880005

**விலை ரூ.130**

அம்மாவுக்கும்
அப்பாவுக்கும்

நன்றி

தமிழ்த்துறை வனம் கவியரங்கம்
சென்னைக் கிறித்தவக் கல்லூரி

சுபமங்களா, ஆனந்தவிகடன்,
தினமணி கதிர், குமுதம்
தாமரை, அகரம், நந்தன்,
மக்கள் பண்பாடு, தமிழ்அரசி

நம்பிக்கையூட்டும் கவிஞராக
அறிமுகப்படுத்திய புதிய பார்வை

கோபிராஜ்
கீர்த்தனா
சரண்ராஜ்
பா. இரவிக்குமார்
பச்சியப்பன்
பரிசல் சிவ.செந்தில்நாதன்
சுதா
தில்லைமுரளி

'பரிசல்' முதற்பதிப்பாக 'பார்வையிலிருந்து சொல்லுக்கு' கவிதைத் தொகுப்பை வெளியிடுவதில் மகிழ்ச்சி. இந்நூலை நன்முறையில் வெளியிட தோழர் சிவ. செந்தில்நாதன் காட்டிய ஆர்வத்தையும் அளித்த ஊக்கத்தையும் இங்கே நான் குறிப்பிட்டாக வேண்டும். தோழருக்கு நன்றி.

'பார்வையிலிருந்து சொல்லுக்கு' கவிதைத் தொகுப்பில் உள்ள கவிதைகளனைத்தும் தொண்ணூறுகளில் எழுதப்பட்டவை. டிசம்பர் 1998இல் இந்நூல் முதலில் வெளிவந்தது. இவ்வளவு ஆண்டுகளுக்குப் பின்னர் மீண்டும் பதிப்பிப்பேன் என்று கனவிலும் நினைக்கவில்லை. ஆனால், காலம் இதனைக் கொண்டுவரவேண்டும் என நிர்ப்பந்தித்ததை என்ன சொல்ல?

இத்தொகுப்பின் கவிதைகள் சில, கிருஷாங்கினி தொகுத்த 'பறத்தல் அதன் சுதந்திரம்', திலகவதி தொகுத்த 'சக்தி புத்தாயிரம்', ராஜமார்த்தாண்டன் தொகுத்த 'கொங்குதேர் வாழ்க்கை' முதலிய தொகுப்புகளில் இடம்பெற்றுள்ளன. ஒன்றிரண்டு கவிதைகள் கே.எஸ்.சுப்பிரமணியம் அவர்களால் ஆங்கிலத்தில் மொழிபெயர்க்கப்பட்டு *Tamil Women Poetry* மற்றும் *Tamil New Poetry - An Anthology* ஆகிய தொகுப்புகளில் இடம்பெற்றுள்ளன.

கடந்த இருபது வருடங்களில் தமிழ்ச்சூழலில் பெண்கவிதை அடைந்துள்ள வளர்ச்சி நிலைகள் மிகுதி. பல்வேறு பொருண்மைகளில் பல்வேறு வடிவங்களில் பெண்கள் கவிதையெழுதிக் கொண்டிருக்கின்றனர்.

இத்தொகுப்பிற்கு 1998இல் அணிந்துரை மற்றும் அறிமுகவுரை எழுதிய பத்மாவதி கண்ணம்மா அவர்களுக்கும் பேராசிரியர் பாரதிபுத்திரன் அவர்களுக்கும் மனமார்ந்த நன்றி.

இன்னமும் கவிதையெழுதுவேன் என நம்பிக் கொண்டிருக்கும் இனிய தோழர்கள் பா. இரவிக்குமாருக்கும் பச்சியப்பனுக்கும் நன்றி. நம்பிக்கை வீண்போகாது.

ப. கல்பனா
*25.12.2018*

## மூன்றாவது வகை எழுத்து

**நா**ம் வாழ்ந்து கொண்டிருக்கும் ஒவ்வொரு கணமும், அகணத்தின் இருப்பும், அந்தக் கணம் சார்ந்த நிகழ்வு மட்டுமல்ல, அந்தக் கணத்திற்குப் பின்னால், நாம் நடந்து வந்த பாதையின் பயணத்தின் சரித்திரம்தான் நம்மை உருவாக்குகிறது. நாளைய என்னின் நாளை இந்தக் கணமும் செதுக்குகிறது.

இது எல்லாரின் வாழ்வுக்கும் பொருந்தக் கூடிய நியதிதான். எனினும் பெண்களைப் பொறுத்தவரை, அவர்களுடைய இருப்பின் ஒவ்வொரு கணத்தையும், அவளைச் சுற்றியுள்ள சமூகத்தின் மதிப்பீடுகள்தான் நிர்ணயிக்கின்றன.

ஷாஜஹான் மும்தாஜுக்காகத் தாஜ்மஹால் கட்டினான். இதைச் சரித்திரம் சாதனையாகச் சித்திரிக்கிறது. ஷாஜஹான் மாய்ந்து மாய்ந்து காதல் மாளிகை எழுப்பிய மும்தாஜ் யார்? அவள் வாழ்ந்த வாழ்க்கை என்ன? தாஜ் மஹால் என்ற சரித்திரச் சான்றை உருவாக்கிய ஆயிரக் கணக்கான தொழிலாளிகளின் வாழ்க்கை எப்படிப்பட்டது? யாருக்குத் தெரியும்?

காதல், போர், வலிமை என்று எல்லாவற்றிலும் தன்னுடைய திறனை, ஈடுபாட்டை (?) இருப்பை ஒவ்வொரு கணமும் நிரூபிக்க வேண்டிய கட்டாயம் ஆண்களுக்கு. ஆமாம், கட்டாயம்தான் அவர்களுக்கும்.

காலம் காலமாகச் சமூகம் அரசர்களாகட்டும், சாதாரண மக்களாகட்டும் பெண்களாகட்டும்,

குழந்தைகளாகட்டும், எல்லார் மீதும் தன்னுடைய மதிப்பீடு களைத் திணித்தே வந்திருக்கிறது. யாருக்கும் இதை மீறவும் திராணியில்லை. மீறயவர்களின் வாழ்க்கையைச் சரித்திரம் இருட்டடிப்பு செய்து விட்டது.

ஒடுக்கப்பட்டவர்களின் வாழ்வை அறிய இயலாது சரித்திரம் வஞ்சித்துவிட்டது. அவர்களைக் கணக்கில் எடுக் காமல் எழுதப்பட்ட சரித்திரம் இன்று கேள்விக்குள்ளாக்கப் படுகிறது.

ஒடுக்கப்பட்ட நமக்கு ஒரு தார்மீகப் பொறுப்பு இருக் கிறது. நம்மை அனைவரும் அறியச் செய்தல், நம்முடைய சுகம், துக்கம், விருப்பு, வெறுப்பு என எல்லா முகங்களின் பல்வேறு பரிமாணங்களையும் உலகுக்கு அறியச் செய்ய வேண்டியுள்ளது.

நாம் பிறர் வகுத்த இலக்கணத்துக்காக வாழவில்லை. வாழத் தேவையுமில்லை. இவ்வளவு காலம் அடையாளம் தொலைத்து வாழ்ந்த வாழ்க்கையில், நமக்கான இடத்தைத் தேடி, நம்மை வேரூன்ற வைக்கும் நிகழ்வுகளோடு வாழ முற்படுகிறோம்.

நம் வாழ்க்கை பற்றி நமக்கு இருக்கக் கூடிய கனவுகளால் மட்டுமே அதைக் கட்டமைத்துவிட முடியாது. நிதர்சனத்தை உணர்ந்து கொள்ளுதல் நமக்கு நல்லது. நம் மேல் சமூகம் திணித்து வைத்திருக்கும் அடையாளங்களை, மதிப்பீடுகளை, உணர முடிகிறபோதுதான், நம்மால் அவற்றின் மீதான விமர்சனத்தை வைத்தல் இயலும். மதிப்பீடுகளையும் மாற்றுதல் இயலும்.

ஒடுக்கப்பட்டவர்கள், அதிலும் குறிப்பாகப் பெண்கள் – இவர்களின் பிரச்சினையே சமூகம் தங்களை என்ன செய்து கொண்டிருக்கிறது என்ற புரிதல் இல்லாததுதான். வீட்டு வேலை தொடங்கி கணவனுடன் படுப்பது வரை எல்லாவற்றையும் பெண்கள் அவர்களுக்குரிய கடமை என்று நம்பி அவற்றை நிறைவேற்றுவதில் பெருத்த மன இன்பத்துக்கு உள்ளாகிறார்கள்.

எல்லா பெண்கள் மீதும் ஒரேயடியாக இந்தப் பழியைச் சுமத்திவிட முடியாது. தன்னுடைய வாழ்வில் உள்ள நியாயமின்மைகளை அடையாளம் கண்டு அவற்றை விசாரணைக்குள்ளாக்கும் வலிமையையும் பெண்கள்

பெற்று வருகிறார்கள். இவர்கள்தான் நமக்கு வாழ்க்கையின் அவலங்களை, சலிப்புகளை மீறி வாழ்வதற்கான நம்பிக்கையையும் உத்வேகத்தையும் நியாயத்தையும் அளிக்கிறார்கள்.

கல்பனாவின் கவிதைகளைப் படிக்கையில், வாழ்வு பற்றியும் நம்பிக்கை கொள்வதற்கான அனுபவத்தைப் பெற முடிகிறது.

பெண்களைப் பற்றிய படைப்புகளை மூன்று விதமாகப் பிரித்துக்கொள்ளலாம். பெண்களின் பிரச்சினைகள் இவைதான் என்று தாம் உணர்ந்தவற்றைச் சொல்லிப் போகிற படைப்புகள் ஒருவகை. அய்யோ பாவம் பெண் என்றோ, விழித்தெழு, கட்டுடைத்துப் புறப்படு என்றோ வார்த்தைகளோடு நின்று போய்விடுகிற 'உத்வேக' எழுத்துகள் இவை. இரண்டாவது வகை சமூகம், தாய், தேவதை, லோகமாதா என்று பெண்கள் மீது சுமத்தியுள்ள பழைய பிம்பங்களையே கேள்வி எழுப்பாமல், திரும்ப வார்த்தெடுக்கும் எழுத்துச் சிற்பங்கள்.

மூன்றாவது வகை 'பெண்' என்ற சமூக மதிப்பீட்டை உணர்ந்து அந்த வலியைப் பற்றிப் புலம்பிவிட்டு மட்டும் போகாமல், பழையதை அடையாளம் கண்டு வெளிச்சம் போட்டுக் காட்டிவிட்டு புதிய அடையாளங்களுக்கான கூறுகளை உருவாக்க முயலும் படைப்புகள். இந்த மூன்றாவது வகைப் படைப்புகள்தான் இன்றைய பெண்ணின் தேவை.

கல்பனாவின் படைப்புகள் இந்தத் தேவை உணர்ந்து எழுந்தவை.

பொதுவாகப் பெண்களின் பிரச்சினைகள் என்றவுடன் அநேகர், வரதட்சிணை, பாலியல் பலாத்காரம் போன்ற அனைவருக்கும் தெரியக்கூடிய பிரச்சினைகள் பற்றியே எழுதி வந்திருக்கின்றனர். ஆக, இந்தப் பிரச்சினைகள் இல்லாத பெண்ணின் வாழ்வு, நல்ல நிலையில் இருப்பதாகவே பொருள் கொள்ளப்பட்டு விடுகிறது. ஆனால் உண்மையில் தினசரி வாழ்வில் ஒவ்வொரு கணத்திலும், நுட்பமான மெல்லிய அளவில்கூட பெண்களின் மீதான வன்முறை செயல்பட்டுக் கொண்டேயிருக்கிறது.

கல்பனாவின் கவிதைகளில் பாராட்டுக்குரிய அம்சம் என்னவென்றால், இவரால் தினசரி வாழ்க்கையில் பெண் மீது செலுத்தப்படும் மெல்லிய அதிகாரத்தைக்கூட உணரமுடிவதுதான்.

"நானாக வாங்கினால் பிடிக்கவில்லை உங்களுக்கு
ஒன்றும் சரியில்லையென்று
முகத்தைத் திருப்பிக் கொள்ளுகிறீர்கள்.

உங்களுக்குப் பிடிவாதம்
உங்கள் கைப்பட வாங்க வேண்டுமென்று...
இதைத்தான் போட்டுக் கொள்ளவேண்டும்
தாத்தா காலத்திலிருந்து
இதே செருப்புக் கடைதான்.

ரொம்பக் கால்ராசியான கடை...

வெறுத்துப் போய்
நிறம், அளவு, வடிவம், தன்மை
எதுவும் தெரியாமல்
வாங்கிக் காலிலும் மாட்டியாயிற்று

எப்படி நடப்பது
உங்கள் செருப்பணிந்து?"

இந்தக் கவிதையில் மட்டுமல்ல, எல்லா கவிதைகளிலுமே வாழ்வின் நுட்பமான உணர்வுகளை இவரால் சரியாக இனங் கண்டுகொள்ள முடிகிறது. கண்டுகொண்டதை வார்த்தை அலங்காரமாகவோ, கோஷமாகவோ எழுதாமல், நாம் அன்றாட வாழ்க்கையில் பயன்படுத்தும் வார்த்தைகளைக் கொண்டே கவிதையாக்கியிருக்கிறார்.

'பந்தம்' என்ற கவிதையில் வருகிற மாதிரி

"8.15 யூனிட் பிடிக்கும்
காலை அவசரத்தில்
'எங்கியாவது ஒழியறேன்'

சொன்னது உண்மைதான்
செருப்பு மாட்டியபோதே கோபம் போயிருந்தது
அதை விட உண்மை

காலையில் போன நானா
மாலையில் திரும்புகிறேன்...

இதுவே இவரைப் பெண்களின் உணர்வுகளைப் புரிந்துகொண்ட ஒரு நல்ல பெண்ணியவாதியாக அடையாளம் காட்டுகிறது. இவர் தனது கவிதைகளில் எங்கும் தன்னை ஒரு பெண்ணியவாதி என்று பிரகடனம் செய்யவில்லை. இன்னும் சொல்லப் போனால், சட்டென்று இவர் கவிதைகளைப் படித்தவுடன் யாரும் இவரை ஒரு பெண்ணியவாதி என்று முத்திரை குத்திவிட மாட்டார்கள்.

உண்மையான பெண்ணியவாதி இப்படித்தான் செயல் படுவார். முத்திரை குத்தப்படுவதைத் தவிர்ப்பார். ஆனால் உண்மையில் சொல்ல வேண்டியதைச் சொல்லாமல் சொல்லிப் போவார்.

கல்பனாவின் கவிதை மாந்தர்கள் யாரும் தலைக்குப் பின்னால் ஒளிவட்டம் சுமக்காதவர்கள். காதல் கடிதம் கொடுக்கும் இளைஞன், அதைப் பெரிய விஷயமாக்காமல் நட்பாக மாற்றும் பெண், வேலை கிடைக்காமல் தண்டச்சோறு என அனைவரும் திட்டினாலும் அம்மாவின் சலிப்பு பற்றி வருத்தமுறும் இளைஞன், மகளின் பிடிவாதத்துக்கு அடி கொடுத்து பின் வருடித் தூங்க வைக்கும் தாய்....இவர்கள் சுகம், துக்கம், வாழ்வு, சாவு என்று எல்லாவற்றையும் இயல்பாகவே எதிர்கொள்பவர்களாக இருக்கிறார்கள்.

கல்பனாவின் சில கவிதைகளில் சில வரிகள் கவித்துவம் இல்லாமல் பிரகடனங்களாக இருப்பதை அவரே தன்னுடைய இன்னொரு மறுவாசிப்பில் தவிர்த்திருக்கலாம் என்று படுகிறது. நுட்பமாகப் பிடிக்க முடிந்த விஷயத்தை இன்னமும் நுட்பமாக எழுதியிருக்கலாம்.

கீறல் விழுந்த மாலைக்காலங்கள் என்ற கவிதையில், வீட்டுக்குப் போகத் தாமதமாகிறதே என்ற தவிப்பை விட வாசலருகே நெஞ்சைக் கீறத் தயாரான ஆயுதத்தோடு இருக்கும் தோற்றத்தை எதிர்கொள்வது, மரண தண்டனை பெறப் போகும் கைதியின் நிலையாய் வெளிப்படுகிறது.

இது கல்லூரி அலுவலகம் என எல்லா வயது பெண்களும் ஒவ்வொரு நாளும் அம்மா, அப்பா, கணவன், குழந்தை, சகோதரன் என எல்லாரிடமிருந்தும் எதிர்கொள்ளும் தர்ம சங்கடம். இந்த உணர்வைக் கவிதையாக்கியிருப்பது பாராட்டுக்குரியது என்றாலும் 'அபத்தமில்லையா பெண்ணாக இருப்பது' என்ற கடைசி வரியைத் தவிர்த்திருக்கலாம்.

மற்றபடி 'எப்போதும்' 'பார்வையில் இருந்து சொல்லுக்கு' 'இரண்டு கவிதைகள்' 'கற்பிதம்' 'இன்னும் ஒரு நண்பன்' 'அரும்புகள்', 'சில கீறல்கள்...' 'பந்தம்', 'திணிப்பு' போன்ற பல கவிதைகள் நல்ல அனுபவத்தைத் தருகின்றன.

மூன்றாவது வகை எழுத்துக்களின் தேவை, மேலும் உணரப்படும் தருணத்தில் கல்பனாவின் வருகை மகிழ்ச்சியாக இருக்கிறது.

பாராட்டுகள்.

**பத்மாவதி கண்ணம்மா**
நவம்பர் 1998

## கோபமாக மாறிய அழுகை

ஏழு ஆண்டுகளுக்கு முன்னால், ஒரு வெள்ளி மாலை. எங்கள் வனம் கவியரங்கில் முதல் முறையாகக் கல்பனா கவிதை படித்தார். நாற்று நடும் பெண்ணுக்கு இயல்பாய்ப் பொங்குகிற பாட்டு போல் எளிமையாகவும் அழுத்தமான மௌனத்தில் நிற்போரை உலுக்கிப் பேசச் சொல்லும்போது விழும் ஒரிரு சொற்களைப் போல் சிக்கனத்துடனும் கவிதை இருந்தது. 'நீங்களே எழுதியதா?' அபத்தமாகக் கேட்கப் பட்டதாகத் தோன்றியபோதும் அந்த வியப்பு கவிதைக்கான பாராட்டாகவே தொனித்தது.

தமிழிலக்கிய மாணவியாகச் சேர்ந்திருந்த போதிலும், அதுகாறும் புதுக்கவிதை நூல்கள் எதையும் வாசித்திராதவராகவே அவர் இருந்தது எங்கள் வியப்பை மேலும் கூட்டியது. அது முதல் ஏறக்குறைய ஒவ்வொரு வெள்ளியும் அவரிடமிருந்து கவிதைகள் பொங்கின.

குடும்பம் – கல்லூரி – பணியாற்றும் பள்ளி – இவற்றிற்கு இடைப்பட்ட தூரங்களில் –நடந்த நாட்களில் – வளர்ந்த பருவங்களில் – தன்மீது கவிந்த உணர்வுகளை நுணுக்கமான செய்நேர்த்தி யோடும் கவித்துவ அழகுகளோடும் பாசாங்கற்று மொழிப்படுத்தின அவர் சொற்கள்.

வாழ்ந்து சரிந்த குடும்பத்தின் ஆணிவேராய் இருந்த கம்பீரமான தந்தை. நிலை குலைந்த சோகம், பழமையின் பிடியிலிருந்து மீள முடியாமல் கண்டிப்பால் அன்பை மூடிவைத்து

அதட்டும் அன்னையின் ஆற்றாமை, சொல்ல முடியாத உணர்வுகளைச் சொல்ல எத்தனிக்கிறபோது புரிய விரும்பாத உடன்பிறப்புகளின் அலட்சியம், ரத்த உறவுகளின் தூரம்... பெண்ணின் உளைச்சல் களை, ஆறாத ரணங்களை, குமுறல்களை, கொதிப்புகளை, எத்தனிப்புகளை வெடிப்புறப் பேசுகின்றன கல்பனாவின் கவிதைகள். ஒவ்வொரு நாளும் அணுவணுவாய் மனம் நொறுங்கும்போது எப்படி இனிக்க முடியும் வாழ்க்கை?

"ஏன் என்னால்
மடியில் கட்டிக் கொண்ட நெருப்பாக

போனபிறவியின் பாவப்பலனாக மட்டுமே
இருக்க முடிகிறது
பூவாக புன்னகையாக உங்கள் ஆயுதம்
மாறும் காலம் வராதென்ற நம்பிக்கை உறுதிப்படுகிறது
ஓவ்வொரு நேரங்கழித்து வரும் மாலையிலும்

அபத்தமில்லையா, பெண்ணாக இருப்பது?"

யார் என்ன கூறுவார்களோ என்ற அச்சத்திலேயே உழல்வதும் மூச்சுக்காற்றான சுதந்திரத்தை இழந்து திணறுவதும். பெண்ணைச் சுரண்டுதலே நோக்கமான குடும்ப அமைப்பில் மீட்சியின்றி ஒத்திசைவதும், மனைவியாகி கால் கடுக்கக் காத்திருந்து, இரவுச் சமையலை யோசித்து, பக்கத்துப் போர்ஷன்காரியின் பட்டுப் புடவை மகிழ்வுகளில் வெறுப்புற்று, மாலைக்குள் வீடு திரும்பி, கேள்விகளைக் குரல் வளைக்குள் முடக்கி, நாய்க்குட்டியைக் கட்டிக் கொண்டு... நமக்கும் அப்படியேதான் கேட்கத் தோன்றுகிறது. "அபத்தமில்லையா, பெண்ணாக இருப்பது?"

வளர்பருவத்தில் துளிர்க்கின்ற ஒவ்வொரு கனவும் கீரை இலைகளாய்க் கிள்ளப்படும்போது மனம் உருக் குலைகிறது. தன் வாழ்க்கை, தன்னிடம் இல்லையென்கிற யதார்த்தம் நெஞ்சைக் கருக்குகிறது. இனிமைக்கான வழிகள் குறுகுகின்றன. உண்மையான அன்பைத் தன்னை மகளாய் நேசித்த ஆசிரியரிடமும் சில தோழிகளிடமுமே காணமுடிகிறது கவிஞரால்.

ஆரோக்கியமான மன உணர்வுகளையும் வாழ்க்கை குறித்த ஆழமான நேயத்தையும், உடல்தாண்டிய பார்வையினையும் உருவாக்கி வளர்க்காத அழுகி நாற்றமெடுத்த சமுதாயத்தில், 'காதல்' என்ற கம்பீரம், 'என் உயிரும் நீயே'

என்று உதிர்கின்ற வறட்டுச் சொற்களிலும், ‘நம்ம ஆளு’ என்று சொல்லும் முரட்டு வக்கிரத்திலும் தரதரவென்று இழுத்துச் சென்று விடுவேன்’ என்று மிரட்டும் ஆணவத்திலும் அர்த்தமிழ்ந்து கிடப்பதில் ஏது வியப்பு? ஏன் இப்படி ஆயிற்று நம் வாழ்வென்ற ஆதங்கத்தை பொருமலை வலியை துக்கத்தை மேலும் மேலும் அதிகப்படுத்துகின்றன, பல கவிதைகள்.

“செவிக்குள் ஊசிகளின் படையெடுப்பாய்

வாகன இரைச்சல்
தூரத்து ஆலயத்தில் சிலைகள் வெடித்துச்
சிதறும் ஓசை

வீட்டின் மேல் தீப்பந்துகளை வீசிச்
செல்லும் விமானங்கள்
மலையை விழுங்க வல்ல சாலைக்குழிகள்
அறை முழுக்கப் பாம்புகள்

கழுத்தில் ஊர்ந்து செல்லும் பெரிய வண்டுகள்
பாதமேறி விரைந்து
தலை நோக்கிச் சீறும் மரவட்டைகள் ஒட்டுண்ணிகள்

வெவ்வேறு திசைகளில் நகரும் கால்கள்
முகத்தை மூடும் பெருநுரை
சுழிந்து சுழிந்து மூழ்கும் உடல்.

காது பொத்தி கண் இறுக்கி
உயிர் நடுங்க அலறினேன்
அருகிலிருப்போருக்கே கேட்கவில்லை.

சமூக விலங்காகிப் போன நாம் (குறிப்பாகப் பெண்) விடுதலை வேண்டி பாசமென்றும் நேசமென்றும் வாழ்ந்து தொலைக்க ஆசைப்படுகிறோம். ஆனால், அவை இல்லை யென்றும் இருப்பவை நடிப்பும் வலைகளுமே என்றாகும்போது பேரதிர்ச்சியடைகிறோம். இந்த அதிர்ச்சி வளர்க்கும் மன இறுக்கத்தின் பாரம் தாங்க முடியாமல் தென்னையிடம் சென்று, “எதையாவது மண்டையில்போடு” என்று கவிஞரைப் போலவே நாமும் குமுறுவது தவிர்க்க முடியாததென்றே தோன்றுகிறது.

இவரது கவிதைகளைப் படித்துக் கொண்டே வரும்போது, துன்பத்தின் அழுகுரலையும் விரக்தியின் வெறுமையையும் கேட்க முடிவது உண்மை. ஆனால் வேண்டுமென்றே சுமத்தப்படும் குற்றச்சாட்டுகளைக் கண்ணீருடன் மறுதலிக்கும் போதும், செய்யப்படும் அதிகாரத்தை அது யாருடையதாக இருந்தாலும், சீறி எதிர்க்கும் போதும் இவரிடம் எதிர்ப்படும் குரல், மிக உண்மையானது. அதனாலேதான் ‘சமையல் கட்டிலேயே கிட, பெண்பிள்ளையாய் நடந்துகொள்’ என்று அடக்கப்படும்போது, ‘முகத்தில் சாணி உருண்டைகளை விட்டெறியலாம்’ போலிருக்கிறது.

அதே நேரத்தில், நிலமானியச் சமூகத்தின் எச்சமாய் நிற்கும் தந்தையின் முன், ‘மகளென்ற நிமிர்வுடன் மூச்சிறுக்கி நின்று’

> “ஏன் புரிய மறுக்கிறீர்கள்
> உங்கள் உணர்வுகளும்
> என்னுடையதும் வேறு வேறு என்பதை”

என்று அனுதாபத்தோடும் கேட்க முடிகிறது.

கல்பனா பெண் கவிஞர். ஆனால் பெண்ணியக் கவிஞரல்லர். அதனால்தான் பல்கிப் பெருகும் ஆணாதிக்கக் கருத்தியலுக்கும் பெண்களின் மன வடிவமைப்பிற்கும் காரணமான சமூக உளவியல் காரணங்களைத் தேடிச் செல்லாமல், படைப்பின் எதார்த்த தளத்திலேயே திருப்தி யடைந்து கொண்டிருக்கிறார்.

அப்பாவின் நிழலாக அம்மா அமைவது, படித்த பெண்ணாயினும் படிக்காத பெண்ணாயினும் போலித்தன மான கனவுகளில் மிதப்பது, திருமணத்தில் நிறைவு கொள்வது, முதலாளித்துவ அழகுக்குள் கட்டுண்டுபோவது.... இப்படி நம் பெண்கள் வாழ்வதை, உள்ளது உள்ளபடியே சித்திரிக்கிறார். இவற்றினூடாக ஒரு சலிப்பும் வெறுப்பும் ஓடுவதுதான், கவனிக்க வேண்டிய விஷயமாகிறது.

இவருக்கென்று தனிப்பட்ட அரசியலோ இயக்கங்களின் தொடர்போ இல்லை. இதுவே வழக்கமான இடதுசாரித் தன்மைகள் கொண்ட படைப்புகள், இவரிடம் இல்லாமல் போனதற்குக் காரணமெனலாம். தான் உறவுறும் வாழ்வி லிருந்து பெறுகின்ற உணர்வுகள் மட்டுமே அவ்வப்போதைய மனநிலைக்கு ஏற்பப் பதியப்பட்டுள்ளன. இதனாலேயே பல இடங்களில் அளவுகடந்த அவநம்பிக்கையும் சில இடங்களில் நம்பிக்கையும் தொனிக்கின்றன.

இவரது படைப்பாக்கத்திறன் பொதுவாக நிறைவாகவே இருக்கிறது. கவிதைக்கான விசேஷமான சொற்களைத் தேடிச் செல்லாமையும், வாசகருடன் நேரடியாகப் பேசும் குரலும், கருத்தைவிட மனவுணர்வுகளுக்கே முதன்மை தருவதும், ஆரவாரமற்ற ஆழ்ந்த வெளிப்பாட்டில் கவனம் குவிப்பதும், பழகு தமிழ்ச் சொற்களாலான நடையும், இன்றைய தன்மையில் இருப்பதும் இவரின் பலங்கள். சிற்சில இடங்களில், இயல்பான தேவையான உவமைகள் எளிய அலங்காரங்களாகியுள்ளன. சாலை, மலர், எருமைகள், சாக்கடைகள், பசு, சிடுக்கு, செருப்பு போன்ற உருவகக் கவிதைகள் வாசக தளத்தில் அனுபவ விரிவையும் அதிர்வையும் ஏற்படுத்துகின்றன.

மீமெய்யியல் பாணியில் அமைந்துள்ள, 'நுரையீரல் மணல்', 'நீருக்கும் வானத்துக்குமான இடைவெளி' போன்றன, சோதனை ரீதியிலான புதிய வெளியீட்டு முறைகளில் கவிஞர் பெற்றுள்ள வெற்றிக்குச் சான்றுகளாகின்றன. 'இருந்திருப்பாய், அரும்புகள், மழலை நாட்கள்' போன்றன, சமூகப் பிரச்சினைகளைக் கலைநயம் குன்றாமல் பேசுகின்றன.

நல்ல கவிதையில் எழுதப்படாத வரிகள் இருக்கும் என்பர். அவ்வகைக் கவிதைகளும் இத்தொகுப்பில் உள்ளன. 'பார்வையிலிருந்து சொல்லுக்கு' என்றொரு கவிதை. ஒரு நிகழ்ச்சிச் சித்திரமாக அமையும் இதில் வரும் தொலைபேசி என்னவென்பது வாசகனின் யோசிப்புக்கு விடப்படுகிறது. சுய உரிமையை நிலை நாட்டும் உறுதியும், பார்வைகளை எதிர்கொள்ளும் துணிவும் இக்கவிதையின் பேசாப்பொருள்கள். தொனியில் இயங்கும் கவிதை, படைப்பாக்கத்திறனின் உச்சநிலைதானே.

இத்தொகுப்பிலுள்ள சில கவிதைகள், இன்னும் செறிவாகவும் இறுக்கமாகவும் கட்டமைக்கப்பட்டிருந்திருக்கலாம்.

எண்ணிக்கை நாற்பதாக இடம் பிடித்துள்ள ஹைக்கூ கவிதைகளுள் சிலவே ஹைக்கூவுக்கான மெய்யான பண்புகளோடு உள்ளன. இவ்வடிவம், இன்னும் ஆழமாகச் சுவீகரிக்கப்பட வேண்டும். அதற்கான வாழ்நிலையும் பார்வையும் கவிஞருக்கு வாய்க்கட்டும்.

இறுதியாக ஏறத்தாழ பத்துக் கோடி பேர் வாழும் தமிழ் மண்ணில், தகுதி வாய்ந்த பெண் கவிஞர்கள்,

இன்னும் கைவிரல்களின் எண்ணிக்கையைத் தாண்டாததை யெண்ணி மனம் வியக்கிறது. இத்தகு சூழலில் புதுவரவான கவிஞர் ப. கல்பனா, பெரிதாக வரவேற்கப்பட வேண்டியவர். பாராட்டுகளுடனும், விமர்சனங்களுடனும்.

**பாரதிபுத்திரன்**
நவம்பர் 1998
சென்னைக் கிறித்தவக்கல்லூரி
தாம்பரம் 600059

## பறத்தல் அதன் சுதந்திரம்

ஓடி ஓடித் திரிந்து
இமை கொட்டாமல் கவனித்துத்

தேன் குடிக்கும்
அந்தநேரமாகப் பார்த்துப்
பிடித்தேன் பட்டாம்பூச்சியை.

எவ்வளவு சிரமப்படவைத்துவிட்டது

முள் தைத்து
விரல்ரணமாகி
இப்போது வலித்தது

மூடித் திறந்து
மூடும் கைகளில் கர்வமாய்
என்ன வண்ணம் என்ன வேகம்

நசுக்கி விடுவாளோ
பதப்படுத்தி
குண்டூசி செருகிப் பாதுகாப்பாளோ
பூவருகே விடுவாளோ..

தூசிக் கால்களை ஆட்டிப் பார்த்தது
பரிதாபமாய்

விரலில் படிந்த வண்ணத்துகள்கள்
அதன் ஆன்ம உதிர்வு

சிறகை
அசைத்துப் பார்த்தது
பறத்தலுக்கான
கடைசி முயற்சியாய்

விட்டுவிட்டேன்
அதே பூவருகே.

# பெண்

கிராமப் பெண்ணோ நகரப் பெண்ணோ
இருவருமே ஓயாமல் பேசுகின்றனர்

பேசினால்தான்
கவனம் கவரலாமென்கிறாள் நகரப்பெண்
தொண்டைவரளக் கத்தினால்தான்
சுமை குறையுமென்கிறாள் கிராமப்பெண்

படித்தவளோ படிக்காதவளோ
இருவருக்குமே
திருமணம்தான் இறுதி லட்சியமாயிருக்கிறது

சினிமா நடிகனின் சாயலில்
டூவீலரோ ஃபோர் வீலரோ ஓட்டியபடி
நுனிநாக்கு ஆங்கிலம் பேசுபவனைக்
கனவு காண்கிறாள் படித்த பெண்
மாதமொரு நகையும் புடவையும்பூட்டி
சொன்னதற்கெல்லாம் தலையாட்டுபவனைக்
கனவு காண்கிறாள் படிக்காத பெண்

வயதானவளோ இளையவளோ
இருவருமே பொறாமைப்படுகின்றனர்
வயதானவள் சிறுமிகளின் துள்ளலைச் சபிக்கிறாள்
இளையவள் கிழவிகளின் அறிவுரையைச் சலிக்கிறாள்

மருமகளோ மாமியாரோ
இருவருமே அன்பாய் இருக்கத்தான் நினைக்கிறார்கள்
ஒருத்தி மருமகள் ஒருவர் மாமியார்

பக்கத்துவீட்டாளோ எதிர்வீட்டாளோ

இருவருக்குமே அழகு விளம்பரங்களில் ஒத்த ஈடுபாடு
பக்கத்துவீட்டுப் பெண் பஸ்ஸில் இடிபடுகிறாள்
எதிர்வீட்டுப் பெண் டிரெயினில் இடிபடுகிறாள்

அவளோ இவளோ
என்ன வேற்றுமை கிடக்கிறது

இன்னும் நிமிராமல்
எல்லாருமே
செக்கடியிலேயே சுற்றிக் கொண்டிருக்கிறோமென்று
தெரிந்துவிட்டபிறகு?

## நுரையீரல் மணல்

காற்றின் ஒலி கூட
சலனப்படுத்தாத தனிமையில்
ஏனிங்கு வந்தேன்
எனக்கே தெரியாமல்?

ஓடி இளைத்த கால்கள்
நடுங்கும் இதயம்

நடைதளர்ந்து வெயிலில் வதங்கி
உடல் அமிழத் தொடங்கியது
தகிக்கும் மணலின் பெருவெளிகளில்..

மணல்துகள்கள்
மெதுமெதுவாக நாசிக்குள் நுழைய
கனத்துப் போயிற்று நுரையீரல்

தொலைவில் சிறு புள்ளிகளாய்
பசு மரங்கள்
சில பாதச் சுவடுகளும்

நடக்கவும் மனமின்றி
உள் அமிழவும் விருப்பின்றி
என் தத்தளிப்பு

எப்படியும்
என்னை மூடிய மணலை அகற்றும்
ஒரு பலமான காற்று

நானே கூட மெதுவாக நடப்பேன்
மரங்களை நோக்கி
நுரையீரலில் மண்டிப்போன மணலுடன்.

# வேப்பமரம்

கண்ணிமைப்பில்
காணாமல் போகும் பல்புகள்
கற்கள் மோதி நொறுங்கும் ஓடுகள்
அவ்வப்போது
பறந்து வரும் செருப்பு

தானாகப் பற்றி எரியும் கூரைகள்
வெந்தழிந்து நிற்கும் மரங்கள்
நிலைப்படியில் நொறுங்கி விழும் பாட்டில்கள்
சிவப்பாகும் பாத்திரத்து நீர்..

நம்ப முடியாத மந்திரங்கள்
நடந்தேறிவிட்டன கண் முன்னரே

வேடிக்கைப் பொருளாய் வீடு
இன்று என்ன புதிதாய்?
முகந்தெரியாதவர்களின் விசாரிப்பு

காவலாளியின் தூக்கம்
ஏதோ உள்ளதென்ற அலட்சியத்தில்

துக்கமும் எரிச்சலும் கலந்த நினைவில்
குட்டிச் சாத்தானின்
அச்சமும் சேர்ந்து கொள்ள
இரவுகள் பூதாகரமாய்...

சில மாதங்களுக்கு முன்
எளிமையாக இருந்த இடமா
பறவைகளும் பூக்களும்
இயல்பாய் சிரித்த தோட்டமா இது?

இன்றாவது இருக்காதென நம்பி
தோட்டத்தில் உலவ
அருகில் விழும் ஒரு கல்

அடுத்த செயலாய்க் கூரைகள் வேயப்படலாம்
ஓடுகள் பழுது பார்க்கப்படலாம்

பிறகும் யாரால் திரும்பக் கொடுக்க முடியும்?

ஆவிகள் தங்கி விடுமென்ற அச்சத்தில்
பிடுங்கியெறியப்பட்ட முற்றத்து வேப்பமரத்தை...

# கிளிக்கதை

கிளிக்கதை கேட்டாள் குழந்தை
சொன்னேன்

எங்கள் வீட்டில் முன்பொரு கிளி இருந்தது
தளிர் போல் மென்மையாய்

சிறகு விரித்தால்
பச்சை விசிறி போலிருக்கும்
சில நேரங்களில் பேசும்

வீடு திரும்பும்போது
தோள்களில் அமர்ந்து காதைக் கவ்வும்
தாத்தாவின் மடியிலமர்ந்து
செய்தித்தாள் ஓரத்தைக் கொத்திக் கிழிக்கும்

இடது ஆள்காட்டி விரலில் சுமந்து
வலக்கையில்
வாழைப்பழத்துடன் திரிவான் கடைக்குட்டி

எல்லோரையும் மகிழ்வித்தது
எல்லாம் கிடைத்தது அதற்கு

தங்களுடனேயே இருக்கட்டுமென்று
சிறகு கத்தரித்து
அழகு பார்ப்பர் மாதமொரு முறை

தத்தித் தத்திப் பறந்து
மரக்கிளையில் அமர்ந்த அன்று மட்டும்
அதிகமாய்க் கத்தரித்து ரசித்தனர்
தடுக்கித் தடுக்கி விழுவதை

"அச்சசோ..கடைசியில் என்னவாயிற்று?"
பதறினாள் குழந்தை

"எல்லாக் கிளிகளையும் போலவே
அதையும் ஒரு துரதிர்ஷ்ட நாளில்
பூனை பிடித்துக் கொண்டு போனது

பிறகென்ன நடந்ததென்று யாருக்கும் தெரியாது".

# அரும்புகள்

பட்டம் விடுவது மாதிரியும்
கண்ணாமூச்சி விளையாடுவது மாதிரியும்
கனவுகளிலிருப்போம்

தட்டி உலுக்கி
அள்ளிப் போட்டுப் பறக்கும்
பிசாசு வண்டி

தூங்க நினைத்து
காலைக் கட்டி முகம் புதைக்கும்போது

எஞ்சின் தடதடப்பில்
கனவு மறந்து போயிருக்கும்...

பள்ளிக்கூடம் போவது மாதிரியும்
பரிசுகள் பெறுவது மாதிரியும்
நினைத்துக் கொண்டிருப்போம்

முதலை போல் வாய் பிளந்து
இழுத்துக் கொள்ளும் வெடிக்கிடங்கு

கலக்கம் நீங்க
காலைவேளை அறைந்து எழுப்பும்
மருந்து நெடி கொண்டு

எந்திர இதயங்களுக்கிடையே
எந்திரமாக எத்தனிக்கும் சிறுகைகள்
பணம் தரும் பொன்னாகத் தெரியும்.

பள்ளிக்கூடம் போகாமல்
ஐயனார் கோவிலிலும்
வயற்காட்டிலும் சுற்றித் திரிந்து

யாருடைய தோட்டத்திலோ
மாங்காய் அடித்துச் சாப்பிட்டு
தெருப் புழுதியில் விளையாடிக் கரைந்ததை

மூத்த தலைமுறை
சொல்லும்போது
புராணக் கதை போலிருக்கும்

முதல் நாள் கூலியாய்
முதலாளி திணித்த

அழுக்கடைந்த காகிதத்தையும்
வட்டவில்லைகளையும்

என்னவென்றே தெரியாமல்
வாங்கி வீட்டில் கொடுக்க

அரிசியாகவும் விறகாகவும் மாறுவது
வியப்பாயிருக்கும்

அடுப்பு பற்ற வைக்க
பக்கத்து வீட்டில் நெருப்பு கேட்கும்போது

நாள் முழுக்க ஓட்டிய பெட்டிகள்
கண்ணில் படரும்..

திருவிழா நாளின் ராட்டினமாய்த்
தலை சுற்ற வைக்கும் வாழ்க்கை

உழைத்த களைப்பில்
அடித்துப் போட்டாற்போல் கிடக்கும்
குடும்பம் முழுவதும்

நிலவும் நட்சத்திரமும் தவிர
முற்றத்தில்
தூங்கும்வரை கதை சொல்ல

யாருமில்லை

தூக்கத்திலும்
வேன் பயணத்திலுமே
நாங்கள் குழந்தைகள் என்று
நினைவுவருகிறது

தெருக்களில் கூச்சலிட
மண்ணில் புரள
பெரியவர்களுக்குச் சினமூட்ட

தூணில் கட்டிப் போட
மலராய்ச் சிரிக்க..

எந்த வாண்டும் இல்லை இன்று.

## புத்தகங்களைக் கடந்து

மெதுவாகச் சுழலும் மின்விசிறிகள்
சுழன்ற சுழன்று போகும் படிகள்
அடுக்கடுக்காய்ப் புத்தகங்கள்

சுற்றியிருக்கும் நாற்காலிகளில் எவருமில்லை

கும்பலாய் அமர்ந்து
சினிமா இலக்கியம் சமூகம்
வீடு படிப்பு ரசனை...

எத்தனையோ பேசிய மாடி

அந்த நிமிடங்களுக்கு
முக்கியமாய்த் தோன்றிய விஷயங்கள்
நினைத்தால் சிரிப்பு வருகிறது.

எதற்காக இத்தனை பேச்சு?

கேலியும் கிண்டலும்
எட்டாத தூரத்தில் கண்காணிப்பாளர்கள்
பதிவுக் கோப்புகளில் கிறுக்கிக் கொண்டு

யார் யாரோ படிகளில் ஏறிக் கொண்டு...

அவசர அவசரமாக
எதையோ எழுதித் தீர்க்கிறான்
யாரோ ஒருவன்
துள்ளலும் துடிப்புமாய்
படிப்போர் கவனம் குலைக்கிறாள்
ஒருத்தி

தூணில் ஓர் ஓவியம்

சுவர் அலமாரிகள் மரப்பேழைகள்
கண்ணாடி ஜன்னல்கள்
எந்நேரமும் தூசி படிந்தே...

ஓசை எழுப்பியும்
ஒடுங்கியும்
போய்க்கொண்டே இருக்கின்றன
வேறு வேறு குழுக்கள்...

## நான் ஒன்றும் ஆடு இல்லை

"இதற்கு மேலும் சுமக்க முடியாது
'சமையல் கட்டிலேயே கிட...
பெண் பிள்ளையாய் நடந்து கொள்.....

நெற்றி சுருங்கி
பாதங்கள் ஒலி எழுப்ப
பறந்து வந்தன
அறிவுரையும் ஆத்திரமும்

முகத்தில்
இரண்டு சாணி உருண்டைகளை
விட்டெறியலாம் போலிருந்தது
ஆனால்
சப்பாத்திமாவு பிசைந்து கொண்டிருந்தேன்

குனிந்திருந்ததில்
மாவுடன் கலந்தது
என் உப்புநீரும்

பரிதாபப்படுவது போல்
போகிற போக்கில் சிலமுட்களை
நெஞ்சோரம் கவனமாய்ச்
செருகி விட்டு நடந்து போனது
ஒரு சந்தர்ப்பவாதி

தூரத்தில் இருந்தபடி
"இன்னும் வேண்டும்..."

மனத்துக்குள் ரசித்தது மற்றொன்று

ஒரு குழந்தை மட்டும்
கூடச் சேர்ந்து மாவு பிசைந்தது

என் கண்ணீரை

அன்று எல்லோரும் உண்டனர்.

## வாஞ்சை

கருவேல முட்கள் தைப்பதைப் பொருட்படுத்தாமல்
தலை தெறிக்க ஓடிய சாலைகள்

புளியந்தளிர்களைத் தின்று கொண்டே
கண்ணாமூச்சி விளையாடிய தோட்டம்

இலைகளை ஓடவிட்டு
பந்தயம் நடத்திய வாய்க்கால்...

முன்பெல்லாம்
ஆவலுடன் இரயிலில் பயணித்து
தாத்தா நடமாடிய மண்ணைக்
கனவுகளுடன் மிதித்ததும்

ஓடோடி வந்து
தூக்கிக் கொள்வார்கள்
பெரியப்பா பிள்ளைகள்

இன்றைக்கு வளர்ந்து விட்டார்கள்
தென்னை புளியம் பனைமரக் காய்ப்பில்
சம பங்கு கேட்கிறார்கள்.

இப்பக்கமும் அப்பக்கமுமாய்
வாஞ்சையைப் பிரிக்கிறது சிமெண்ட் வாய்க்கால்

இனியதில் விடமுடியாது
இலைகளை பூக்களை...

ஓடித்திரிய முடியாது
மரங்களைச் சுற்றி

ஏக்கம் நிறைந்த
கண்கள் மட்டும் பேசலாம்
வேலி வழியே

## தென்னையிடம் பேச நேர்கிற போதெல்லாம்

எத்தனை முறை கேட்கிறேன்

"எதையாவது
மண்டையில் போடு"

உள்ளிருக்கும்
ஒவ்வொரு கசடும்
சிதற வேண்டும் தரையில்

மணலாகின்றன வார்த்தைகள்

கொஞ்சம் இரங்கி
விளையாட்டு அணில்களைச் சாக்காக்கி
உதிர்க்கும் குறும்பைகளால்

என் நெற்றிகூட நோகாது

மிளகாய் மூட்டையில் புதைந்ததாய்
எரிச்சல் மூளும்

எதையாவது விட்டெறி
மீண்டும் இரைச்சலிடும் மனது

தாய்க்கோழிகளை
நசுக்கும் மட்டைகளின் வஞ்சகங்கள்

கொண்டை அலங்காரத்தையும்
உயரத்தையும்
பௌர்ணமி இரவையும் குறித்த கர்வங்கள்

ஈட்டியாய்க் காற்றைக் கிழிக்கும்
கீற்று நரம்புகள்...

எதற்கு இதெல்லாம்?

பாதி வானவில் விழுங்காதே
வருடம் முழுவதும் சூறாவளியால் நொறுங்கு

இதமாகவே இரு

கோபிக்கும்போது மட்டும்
மறக்காமல் நிறுத்திக்கொள் என்னை
உன்னடியில்.

## கரங்கள் இல்லாத வீனஸ்

எப்படி
என் கரங்களையும் விழிகளையும்
கட்டுப்படுத்திக் கொண்டிருக்கிறேனோ
தெரியவில்லை
உன்னருகில் இருக்கும்போதெல்லாம்

விடியற்காலைத் தென்றலில்
பாடிக்கொண்டிருக்கின்றன
தேன்சிட்டுகளும் காகங்களும்

நானோ
சிரமத்துடன் முயன்று கொண்டிருக்கிறேன்
இரவில் கண்ட கனவை
நினைவில் கொண்டு வர

அது ஒரு நிழலற்ற வெளி
நடந்து களைத்த நீ
வந்தமர்கிறாய்
ஒரு மரத்தின் அடியில்

புரியவில்லை உனக்கு
அந்த மரம்தான் நான் என

இலைகளின்றி
உதிர்ந்து கிடக்கும் என்னை எண்ணி
நானே நோகிறேன்

பொறுத்திரு
இன்னும் சில காலங்களாவது

நீ புரிந்து கொண்டதாகவே
தெரியவில்லை
என் எண்ணத்தையோ அழுகையையோ

நானா இலக்கானேன்
சூரியனின் கொடூர கிரணங்களுக்கு

முடியுமெனில்
என்னிலேயே தங்கியிரு
காலம் முழுக்க...

உன்னை எட்டியதாகவே தெரியவில்லை
என் புலம்பல்கள்

சுடும் மணலையும் உச்சிச் சூரியனையும்
சூடான காற்றையுமே பார்க்கிறாய்

தளிராய் வர முயன்றும்
கிளைகளுக்குள்ளேயே முடங்கிக் கிடக்கிறது
உள்ளிருக்கும் பசுமை

பாடுவதை நிறுத்திவிட்டு
இரைதேடப் புறப்பட்டு விட்டன
தேன் சிட்டுகள்

கண் விழித்த மனிதர்களின்
பெருமூச்சுகளும் கதறல்களும்
இயலாமைகளுமே ஒலிக்கின்றன எங்கும்

என் கிளைகளும் வேரும்
நடுநடுங்க எழுகிறாய்

எப்படி
என் கரங்களையும் விழிகளையும்
கட்டுப்படுத்திக் கொண்டிருக்கிறேனோ
தெரியவில்லை.

### சாக்கடைகளுடனான வசிப்பு

இருபுறமும் வழி நெடுகச் சாக்கடை

எப்புலனுக்கும் இசைவின்றி
முகம் சுளிக்க வைக்கும்

மத்தியில் நடக்க வேண்டும்

திறந்தவை நம்மை
கவனமாய் இருக்கச் செய்யும்

மூடிய சாக்கடைகளே ஆபத்தானவை

மூடியது போலுள்ளவை.

## கீறல் விழுந்த மாலைக் காலங்கள்

இன்று வர நேரமாகும்
புரிகிற மொழியில்தானே சொன்னேன்
பின் ஏன் வாசலருகே
கால் கடுக்கக் காத்திருக்கிறீர்கள்?

காத்திருக்கும் தோற்றமே நினைவைத் தூர்க்க
நூலகம் வகுப்பறை சாலைகள் முழுக்க
அலைகிறேன் பரிதவித்து

இலையசைவுகளும் பறவையொலிகளும் மாறும்
மேகங்களும்
கடந்து செல்லும் நொடியை நினைவுபடுத்த
எதிலும் ஒன்றாமல் கடிகாரத்தைச் சபிக்கிறேன்

பேருந்து நிலையத்தில்
வேண்டுமென்றே நேரம் கேட்கும் விஷமிகள்
நடுக்கத்தால் பாதங்களில் நசுங்கும் மண்

புத்தகங்களை முறைத்தும்
அற்பமான கேள்விகள் எழுப்பியும்
உள்ளூர நமைச்சலை ஏற்படுத்தும் சக பயணிகள்

நெரிசலுக்கிடையில்
வியர்த்து வதங்கித் தவிக்கையில்
ஆமையாய் நகரும் பேருந்து...

தெருவிளக்குகளின் வெளிச்சத்தில் வீடு சேர்ந்து
மரணதண்டனை பெறப்போகும் கைதிபோல் நிற்க
என் நெஞ்சைக் கீறத் தயாராய்
உங்கள் ஆயுதம்

ஏன் என்னால்
மடியில் கட்டிக்கொண்ட நெருப்பாக
போன பிறவியின் பாவப்பலனாக மட்டுமே
இருக்க முடிகிறது?

பூவாக புன்னகையாக
உங்கள் ஆயுதம் மாறும் காலம்
வராதென்ற நம்பிக்கை உறுதிப்படுகிறது
ஒவ்வொரு நேரங்கழித்து வரும் மாலையிலும்
அபத்தமில்லையா, பெண்ணாக இருப்பது?

# உவர்க்களம்

மகளின்
அழுகையைச் சமாளித்து
அடி கொடுத்து இனிப்பு கொடுத்து
பொம்மை கொடுத்து முத்தமும் கொடுத்து

தூங்க வைத்திருக்கிறேன் இந்நடு இரவில்

இன்றேன் இத்தனை விழிப்பு
கூடவே பிடிவாதமும்?

மனம் கேட்காமல்
வருடிக்கொண்டே இருக்கிறது
விரல் பதிந்த முதுகை

பகலில்
வேறொரு குழந்தையின்
அம்மாவைப் பிடித்துக் கொண்டு
அழுததாகக்
காப்பகத்தின் ஆயா சொன்னாள்

இதே நிறப் புடவை
உடுத்தியிருந்தாளாம்
அந்தப் பெண்ணும்

எனக்கும்கூட அதிக அலுப்பு

உட்காரவிடாமல்
ஏறி ஏறி மடியில் குதித்தால்
எரிச்சல்தானே வரும்

இனிப்போ பொம்மையோ
தூங்க வைக்கவில்லை என் மகளை
இந்த வருடல்தான்.

## ஆட்டோகிராஃப் புத்தகம்

ஒருகணம் குழம்பிப் போனேன்
திடீரென்று நீட்டியபோது

இப்போது எதற்காக இது?

முகவரியை எழுதும்போது
மெல்லிய சோகம் தாக்க
தவறிழைத்தது போலொரு குற்ற உணர்வு

இவ்வளவு உள்ளங்களை
எப்படி உணராமல் இருந்தேன்
இத்தனை நாட்களும்?

எப்படி சிலரின் வட்டத்துக்குள்ளேயே
சிக்கிக் கிடந்தேன்?

நீங்கள் விளையாட்டாய்க் காட்டிய கோபம்
சில அர்த்தமற்ற பேச்சுகள்
வேண்டுமென்றே கூறிய கிண்டல்கள்
நான் புன்னகைத்த போது பார்க்காமல் போனமை...

வருந்தியிருக்கிறேன் இவற்றை எண்ணி

உங்கள் சிரிப்பொலிகளும் காலடியோசைகளும்
பொங்கி வழிந்த காரிடர்கள்...
உங்கள் கவனங்கள் ஒருமுகப்படுத்தப்பட்ட
வகுப்பறைகள்...

இவையே நினைவுச் சின்னமாய்

வரும் காலங்களில்
கிரகித்துக் கொண்ட தூண்களிடம்
வகுப்பறைகளிடம்தான்
போய் நிற்க வேண்டுமோ

உங்கள் பேச்சுகளை சிரிப்பொலிகளை
மீண்டும் கேட்க?

அச்சமாயிருக்கிறது நண்பர்களே
நானும் ஒருநாள் போயாக வேண்டும்
இந்த இனிமைகளை விட்டு
என்பதை நினைக்கையில்

## இரண்டு கவிதைகள்

செவிக்குள் ஊசிகளின் படையெடுப்பாய்
வாகன இரைச்சல்
தூரத்து ஆலயத்தில் சிலைகள் வெடித்துச்
சிதறும் ஓசை

வீட்டின் மேல் தீப்பந்துகளை வீசிச்
செல்லும் விமானங்கள்
மலையை விழுங்க வல்ல சாலைக்குழிகள்
அறை முழுக்கப் பாம்புகள்

கழுத்தில்
ஊர்ந்து செல்லும் பெரிய வண்டுகள்
பாதமேறி விரைந்து
தலை நோக்கிச் சீறும்
மரவட்டைகள் ஒட்டுண்ணிகள்

வெவ்வேறு திசைகளில் நகரும் கால்கள்
முகத்தை மூடும் பெருநுரை
சுழிந்து சுழிந்து மூழ்கும் உடல்...

காது பொத்தி கண் இறுக்கி
உயிர் நடுங்க அலறினேன்

அருகிலிருப்போருக்கே கேட்கவில்லை

## எது குறித்தும் அதிர்ச்சியடையாமலிரு பொய்யாக

இன்றோ நாளையோ நீகூட இறக்கலாம்

இயந்திர உலகில் சாவுகள் மிகுதி
மனசினுடையதும் சேர்த்து
செய்திகளின் பார்வை
செத்தாரை நோக்கியே திரும்பியுள்ளது

கண்காணாச் சவப்பெட்டிகளுக்கு
நாவோரத்திலிருந்து துள்ளி விழும் இரங்கல்
இதயத்திலிருந்து வராத கண்ணீர்
தினம் தினம் நாம் பிழைத்தோமே
என்றொரு அற்ப நிம்மதி

அதிர்ச்சியடை
நடிக்க மட்டும் வேண்டாம்.

## பகல் தூக்கத்தின் முடிவில்

இறுதி மூச்சுக்கு முன்வரை
எதையோ சாதிக்கப் போகிறோமென்று
எதுவுமே செய்யாமல் விட்டத்தை வெறிக்கும்
உங்களின் தலைக்கனம் தவிர

வேறென்ன எஞ்சியிருக்கிறது என்னிடம்

சுமந்தது தாலாட்டியது ஊட்டியது காத்திருந்தது....
எல்லாவற்றிலும்
அம்மாதான் நினைவில் நிற்கிறாள்
குழந்தைமை முதல் இன்றுவரை

எந்தக் கவலையுமற்றுத்
துண்டை உதறித் தோளில் போட்டுப்
போனது போனதுதானே....

வீட்டிலிருக்கும் ஒவ்வொருவரையும்
நெற்றியைச் சுருக்கிக் கொண்டு
மேலும் கீழுமாக ஒரு பார்வை

வாய் திறக்காமலேயே
குறிப்பறிந்து
காலடியில் நிற்க வேண்டும் எல்லாரும்
தினமும்தான் பார்க்கிறோம் உருவத்தை
மனதில் எந்தச் சுவடுகளும் இன்றி

பின்னிப் பிணைந்திருக்கும்
உறவின் ஆழங்களை உணரத் தெரியாமல்
எதற்கு வீண் அலட்டல்கள்?

இருட்டறைக்குள் அமர்ந்து
கண்ணீர் கொட்டுகிறேன் மீண்டும் மீண்டும்...

சிறுவனாக இருந்தபோது
கால் பிடிக்கவும் சுமக்கவும்
பத்து வேலையாள் இருந்திருக்கலாம்
பெரிய தலைவராகக் கூட்டங்கள் பேசியிருக்கலாம்

ஏன் புரிய மறுக்கிறீர்கள்

உங்கள் உணர்வுகளும்
என்னுடையதும் வேறு வேறு என்பதை

## குருவிகள்

சிறகைப்பிடித்து
இரக்கமின்றித் தூர எறியுங்கள்

கூடமைக்க
அழகாய்ப் பெட்டி அமைத்தும்
கண்ணாடியைக்
கொத்திக் கொண்டிருக்க வேண்டாம்

இரைக்கு விரைகையில்
துரும்பைச் சுமக்கையில்
வெறுமனே சன்னல்களில் திரிகையில்....

எந்த நொடியில் பார்த்துத் தொலைத்ததோ
இடைவிடாது கொத்திக் கதறி
அழைக்கிறது பிம்பத்தை

உள்ளிருந்தொன்று
ஓயாமல் இதை அழைக்க
யார் யாரிடம் செல்வதென்ற திகைப்பில்...

அலகு நோக குரல் பிசிற
இரைச்சலானது
உயிரைக் கொத்தும் ஓசை

**ஊடல்**

சிரித்தோம்
புகைப்படங்கள் எடுத்துக் கொண்டோம்
அழுதோம்
கடிதங்கள் எழுதிக் கொண்டோம்

கோபப்பட்டோம் மௌனித்திருந்தோம்

புகைப்படங்களும் கடிதங்களும்
கோபங்களும் மௌனங்களும் இருக்கின்றன
நாமில்லை.

## ஸ்பரிசம்

பழைய பயத்தில் கொடுக்காமல்

விரல்களின் வேர்வையில்
நசநசத்த நினைவுப் பரிசைத்
திருப்பிக் கொண்டு
வீடு நோக்கி நடக்கையில்

சுமையாய்த் தொற்றிக் கொண்டன
ஐந்து வருடங்களின் ஞாபகங்கள்....

தொடக்கத்தில் மிகக் கடுமையானவர்
கண்டிப்பானவரென்ற எண்ணம்
சில வருடங்கள் ஆயின
இயல்பான நிலைக்கு வர...

"எந்தத் துறையிலும் முதலாக வர வேண்டும்
இப்படித்தானே சொல்லியிருப்பேன்
எனக்கொரு மகளிருந்தால்?"

சிலீரென்ற நடுக்கம் உள்ளங்கால்வரை....

இனம் புரியாதவொரு உணர்வு
தொண்டையை அடைக்க
மௌனமாக அழுதேன்....

என் தோளை மென்மையாகப் பற்றியது
உங்கள் கரம்

தாமதமாகச் சொன்றதற்காக
வகுப்பிற்கு வெளியே அமர்த்திய காலையும்
தவறான கணக்குகளுக்குக் காதைத் திருகியதும்...

மறந்து போயின அந்நொடியில்

கொடுக்காமல் எடுத்து வந்த
அந்தக் கடிகாரத்தை நினைக்கையில்
இப்போது உணர்கிறேன்

தோளில் பதிந்த ஸ்பரிசத்தை.

## எங்கு எப்படி யாருடைய வலையில்....

‘என் உயிரும் நீயே
வாழ்வும் நீயே‘

பேருந்து நெரிசலில்
காதோரம்
தவிப்புடன் சொன்னவன்

வருடங்கள் கரைய
நன்றாகக் கொழுத்துத்
தோளில் மனைவி சாய

டூ வீலரில்
புகை கக்கிச் செல்கிறான்
கையில் குழந்தை கூட...

தெரு வோரங்களில்
நின்று நின்று முறைத்து
தலைநீவி
‘ஷு‘ ஒலி எழுப்பப்
பின்தொடர்ந்து விட்டு

“நம்ம ஆளு”
சொல்லித் திரிகிறான் ஒருவன்

மலர் தேர்ந்தெடுக்க
மேலும் சில ஆயிரங்களை
நோக்கிக் கொண்டிருக்கிறான்
ஒரு மலர் நீயென்றவன்

“தரதரவென்று இழுத்துச் சென்று விடுவேன்
பேசு என்னோடு“
(வன்முறைக் காதலாம்)

ஒற்றைக் காலில் அடம் பிடித்தவன்
வேறொருத்தியிடமும் இதையே...
(வேறு டயலாக்
கற்றுக் கொடுக்க வேண்டும்)

என்ன எதிர்பார்த்தார்கள் (அ)
எதிர்பார்க்கிறார்கள் இவர்கள்
என்னிடம்?

### என் அறை என் தலையணை

கோபம் வழிகிறது
என் தலையணையை யாரேனும் எடுத்தால்

என் நம்பிக்கைகள் ஆசைகள்
அதில் புதைக்கப்பட்டிருக்கின்றன

என் கண்ணீர் உப்பாகி உறைந்திருக்கிறது

பகல்நேர நிகழ்வுகளின் சுருதி
அமிழ்ந்திருக்கிறது
தூக்கமற்ற இரவுகளின் வலி
ரணமாகியிருக்கிறது

காலையில் எழுந்ததும்
மறந்து போன கனவு
பதிவாகியிருக்கிறது

தினமும் நினைவுகளை அசைபோட
எண்ணங்களைச் சேகரிக்க
அது முக்கியம்

என்னுடையதில்
பிறரின் உணர்வுகள் கலப்பதில்
எனக்கு விருப்பமில்லை

தன்னலமாகத் தெரியலாம்

இருப்பினும் என் தலையணை
எனக்கு அவசியம்

காற்றுபோல்
ஆடைபோல்
உணவு போல்.

# ஓட்டம்

நூறுபேர் புழங்கும் வீடு போனதும்
தென்னந்தோப்பு குதிரையெல்லாம் போனதும்...

ஓரணா பேப்பரில் எழுத்து அறிந்ததும்
கயிற்றுக் கட்டில் முதுகை அழுத்தத் தூங்கியதும்
பழைய வேட்டிகளே உடையாய் இருந்ததும்

அம்மாவின் அழுத்தமான அன்பும்
ஆழாக்கு ரத்தம் வருவிக்கும் குட்டுகளும்...

அகல் விளக்கொளியில் அமைதி கண்டதும்
பணக் கட்டுகளில் கர்வம் கொண்டதும்
மினுங்கும் நகைகளில் முட்டிச் செத்ததும்

சம்பிரதாயங்களும் சடங்குகளும் போற்றிப்
பெரியோர் புகழ நடந்து சென்றதும்...

தெருமுனையில் தெரியாமல் மோதி
முறைத்துக்கொண்டு போகும் மனிதர்கள்போல
இன்று நீயொரு பக்கம் நானொரு பக்கம்

லாபங்கள் சாம்பலானபோது
ஒரு துளி நீருமின்றி
வீரமாய்ச் சபதமெடுத்த நீயா
எதற்கெடுத்தாலும் புலம்புகிறாய்?

மறந்துவிட்டதா
நடுக்காட்டில்விட்ட
வாழ்வின் முதல் மோசடியை முறியடித்து
குழந்தைகளை நம்பிக்கையாகக் கொண்டது?

நடிப்பு வஞ்சனை பொய்
தெரியாதெனக்
கூட்டங்கள் ஒதுக்கியதும்...
அரவணைப்பை வாங்கிய உருவங்கள்
அறைந்து ஓடியதும்...

அலைகளில் மூழ்கிய
அனாதை மீனவனின் பிணமாய்க்
கிடக்கிறது நினைவு

மாசற்ற முகத்தில்
எல்லா மெய்ப்பாடுகளையும் காண்பிக்கிறாய்
எது என்னவென்று புரியாமல்
பார்த்துக் கொண்டிருக்கிறேன் எல்லாவற்றையும்

விடியலில் பால்காரன் வருகிறான்
புதிதாய்ப் பூக்கள் மலர்கின்றன
மரங்கள் இலை உதிர்க்கின்றன

மகள் கோலம் போடுகிறாள்
செய்தித்தாளில் மூழ்கிப் போகிறது காலை

கொத்திக் கிளறும் கோழிகள் வருகின்றன
அழுகலைக் குடையும் பன்றிகள் வருகின்றன
வருடப்பிறப்பு வருகிறது
செயற்கைப் புன்னகைகள் வருகின்றன

கட்டவிழ்ந்த கன்றுக்குட்டியாய்த்
துள்ளிப் பரிகசிக்கிறது காலம்

அடுக்களையில் பொலிந்த மண் பாத்திரங்கள்
தலைவர் சாகப்
பேருந்தின்றி பல மைல்கள் நடந்து
தேய்ந்த செருப்புகள்
உணவாய் உருமாறிய வளையல்கள்...

நாம் களைப்புடன் வந்த பாதைகளில்
அமர்ந்திருக்கின்றன சாட்சியாய்

எனக்குப் பிடிபடவில்லை ஓட்டம்

இப்பொழுதுதான்
மடியிலிருந்து இறங்கினாற் போலிருக்கிறது

புழுதிபூசித் தெருச்சிறுவர்களை விட்டு
வீட்டினுள் வந்தது போலிருக்கிறது...

குழந்தைகள் ஓடிக் களிக்க
நிம்மதியாய்ப்
பகல் தூக்கம் போட்டது போலிருக்கிறது...

இறுக்கமான மௌனத்துடன் சலித்த பார்வையுடன்
தோல்விகளின் ஆற்றாமையுடன்

எவ்வளவு தூரம் போகவேண்டும் இன்னும்?

## மேய்ச்சல்

பசுமாடு மேய்ச்சலுக்குப் போயிருக்கிறது

பசும்புல் கிடைக்கலாம்
வேலங்காய்கள் கிடைக்கலாம்
வெறும் தண்ணீர் கிடைக்கலாம்

எதுவுமின்றியும் இருக்கலாம்

ஆனால்
மாலைக்குள்
வீடு திரும்பிவிடவேண்டும்

போய்விடக்கூடாது
அருகிலிருக்கும் மலைக்கு அப்பால்
என்ன இருக்கிறது என்று

எந்த நேரத்திலும்
எருமையாக மாறிவிடக் கூடாது

மாட்டுத் தொழுவத்தில்
பருத்திக் கொட்டைத் தண்ணீரும்
வைக்கோலும் தின்றுவிட்டு
அசை போடவேண்டும்

இதற்கெல்லாம்
ஒழுங்கான பலனும் வேண்டும்

கத்தவோ
திமிறவோ கூடாது
அனுமதியின்றி

பின்

கொசுக்களை
வாலால் விரட்டிக் கொண்டே
தூங்க வேண்டும்

இவையேதான் மறுநாளும் மறுநாளும்...

## வேலி கடந்த கணத்தில்...

வேலி கடந்த கணத்தில்
முகத்தில் உதைத்தது சூழல்

நிறையப் பார்த்தேன்

பனியிலும் வெயிலிலும்
பாரம் இழுக்கும் காளைகளை

அநாதைகளாய்ச் சாலைகளில்
மரிக்கும் கன்றுக்குட்டிகளை

திருடப்பட்டு
இறைச்சிக் கடைகளில்
தொங்கும் அடிமாடுகளை

ஈக்களும் கொசுக்களும் மொய்க்க
சாலையோரம் துயிலும் பசுக்களை...

நீயும்
இது போலாக வேண்டுமா
மிரட்டி
மூக்கணாங்கயிறு சொருகிக்
கட்டிப் போட்டார்கள்

நேரத்திற்குப் புண்ணாக்கு
வைக்கோல் புல்கூட உண்டு
வெதுவெதுப்பான தொழுவம்

மாலையில்
வேலியிட்ட தோட்டத்தில் உலவல்
நன்றாகவே இருக்கிறது

கொஞ்சம் கண் மறைந்தாலும்
அழுது விடுகிறது கன்று
பால் குடிக்கும் போது முட்டித் தீர்க்கிறது
கோபமாய் மாறிய அழுகையை

சிலநேரம் இழைந்து வரும்
மூச்சு சொல்கிறது
"தோட்டத்திற்கு வெளியிலும் உலகமிருக்கிறது"

# நட்பு

உன் புன்னகை
உன் மௌனம்
உன் மென்மை

எல்லாம் என்னிடத்தில் நினைவுகளாய்...

என்னை
ஏன் கோபித்துக் கொள்ளவில்லை

உன் புத்தம்புது பென்சிலை
உடைத்தபோதும்
அன்புடன் தந்த செம்பருத்தி மலரை
வீசியெறிந்த போதும்?

ஏனோ உன்னிடம்
என் நினைவாகத் தர முடிந்தது
கோபப் பேச்சுகளையும்
சிடுசிடுத்த முகத்தையும் தான்...

நெஞ்சை உறுத்துகிறது
நல்ல இளமைக்கால நட்பை
இழந்துவிட்ட வேதனை

இப்பொழுது வருந்துகிறேன்
தவறு
உன்னைத் தவிர்த்தது என்று

மீண்டும் கோபம்தான் வருகிறது

முகவரிகூடத் தராமல்
சென்றுவிட்ட
உன்னை எண்ணினால்

இங்கே என் தனிமை மட்டும்...

சில நேரம்
உன் முகம் தெரிகிறது
செம்பருத்திப் பூக்களில்.

## எருமைகள்

சுற்றிலும் எருமைக் கூட்டம்
இருத்தலைக் கேவலப்படுத்தும்

உணர்வோ
சைகையோ
வார்த்தையோ

உறுத்தாத
தான் தோன்றி எருமைகள்

தூறலோ வெயிலோ
நனைந்தாலென்ன காய்ந்தாலென்ன

சட்டை செய்யாமல்
உரசியபடியே செல்லும்

'வழி விடு தயவுசெய்து'
உரக்கக் கத்தியும் நகர்வதில்லை

புல்வெளியில் இரு
ஏதாவது குளம் குட்டையில் இரு
தொழுவத்திலாவது இரு...

என் கெஞ்சலைப் பொருட்படுத்தாமல்
வரும் பதில்

"நீயேன் வீட்டை விட்டு
தெருக்களில் வருகிறாய்?"

வால் கொடுக்கும் அடி
வலிக்காது எருமைக்கு.

## பார்வையிலிருந்து சொல்லுக்கு...

ஒரே நேரத்தில்
இரண்டு வேலை செய்ய
வைத்தீர்கள் இன்று..

காது
தொலைபேசி குரலுக்கு
கண்
உங்கள் முகத்துக்கு

அரைத் தூக்கத்திலிருந்து
இவளேன்
விழுந்தடித்துக் கொண்டு ஓடுகிறாள்
இரவு ஒன்பது மணிக்கு

யாரது தொலைபேசியில்

தலை போகிற விஷயமென்றாலும்
அதற்காக இப்படியா?
அதென்ன வார்த்தைக்கு வார்த்தை
தேவையில்லாத சிரிப்பு?

வளரும் விதம் சரியில்லை
எதற்கெடுத்தாலும் கேள்வி
ஏன் இத்தனை நண்பர்கள்

இனிமேல் யாராவது பேசட்டும்...

ரிசீவரை எடுத்துப்
பேசி முடித்து வைக்கும்வரை
உங்கள் முகத்திலோடிய வார்த்தைகளை

மொழிபெயர்த்தேன் இப்படி...

இதற்கடுத்து
என்ன சொல்லப் போகிறீர்களென்று
எனக்குத் தெரியும்

### சாலை மண் மழை

கணங்கள் தோறும்
வெவ்வேறு முகங்கள்
வெவ்வேறு வாகனங்கள்

வெவ்வேறு மேகங்கள்...

தேயத் தேய நீண்டுறங்கும்
புழுதியையும் சேற்றையும்
மாறி மாறி அணிந்து சிரிக்கும்

"குழந்தை அழுவானே எனக்காக"

காப்பகத்தை நினைத்த
இளம்தாயின் தவிப்பு மட்டும்

"அம்மா! இந்த சாக்லேட்
சீக்கிரமாய்க் கரைந்து விடுகிறதே"

குழந்தையின் ஏக்கம் மட்டும்

"பூச்சி ஏதாவது கடிச்சிடுச்சா
எத்தனை வீக்கம்!"

கணவனின் வீங்கிய கையை வருடும்
பெண்ணின் கரிசனம் மட்டும்

"நீங்க நல்லா இருக்கணும்"

இருபது பைசாவுக்கான
பிச்சைக்காரியின் நிறைவு மட்டும்

"எம்புள்ள விரட்டிபுட்டான்
தெருத் தெருவா அல்லாடறேன்
எதுனா கொடும்மா"

காதைச் சுரண்டும்
பெரியவரின் பிசிறிய குரல் மட்டும்...

வெடித்து உடைகிறது சாலை
கரைந்து உருகுகிறது மண்

மழைக்காலங்களில் மட்டும்.

# கற்பிதம்

மாலை

நினைவில் இடறுகிறவை உதறி
கால் கடுக்கக் காத்திருக்கிறாள்
நெடுநேரமாக வாசலில்

கோடி கோடி கனவுகளுடன்
உருகி ஒன்றி ரசித்துப்
படைத்துப் பார்த்திருப்பினும்

அலமாரி மேசையிலேயே தங்கிப் போனவற்றை
எண்ணிய பெருமூச்சுடன் யோசிக்கிறாள்

இரவில் என்ன சமைக்கலாம்?

அடுத்த போர்ஷன் தோழி
புதுப்புடவை காட்டிச் செல்கிறாள்
இதழோரத்தில் சிறு முறுவல்

வாசலில்
சில வெள்ளை ரோஜாக்கள்
சிரிக்கின்றன

ஆசையாய்க்
காலைச் சுற்றும்
நாய்க்குட்டியை அணைத்துக் கொண்டு
கண்ணீர் விடுகிறாள்

சாதிக்க வேண்டுமென்ற வெறி
போன இடம் தெரியவில்லை

தெருவில் மகனின் சிறு உருவம்
பூட்ஸ் ஒலியுடன் வருவதைப் பார்த்து
மனது ஆறுதலடைகிறது

காத்திருப்பிலும்
ஓர் அர்த்தமிருப்பதாக

## நிறைய உணர்த்திய நாள்

அடித்துப் பிடித்துக் கொண்டு
ஊருக்குக் கிளம்பினேன்

பொட்டு முதல் பற்பசைவரை
எல்லாவற்றையும்
தூக்கிக் கொண்டு

பேருந்து
விரைந்து கொண்டே இருந்தது
இரவைக் கிழித்தபடி...

தூக்கம் பிடிக்கவில்லை
சன்னலோரம்
கதை பேசியது காற்று

பௌர்ணமி நிலவு
நதியில் ஓடி மறைந்தது
கோவில் கோபுரம் தகதகத்தது

வாழைத் தோட்டங்கள் விழித்திருந்தன
புலர்ந்தபோது
வெளிரிய நிலா
வயல் நீரில் தேய்ந்து போனது

இன்னும் இன்னுமென்று
ஓடிக் கொண்டிருந்த பேருந்து
நின்றது

இரண்டு நாரைகள்
தூக்கம் கலைந்து பறந்து போயின

செம்மணல் மேடுகள்
பளிச்செனப்
பார்வையில் இடறின

தூரத்தில் கடலும் கூப்பிட்டது...

இறங்கிச்
சில வீடுகளைக் கடந்து போனபோது
வேலியில் ஆவலாய் முகங்கள்....
"யார் இவள்?"

பாட்டி கைமணத்தி
எல்லாரும் சுகமா கேட்டாள்

பக்கத்திலேயே அமர்ந்து பரிமாறினாள்
பார்த்தவர்களிடமெல்லாம் அறிமுகப்படுத்தினாள்

ஏன் இப்படிக் கூடு மாதிரி இருக்கிறாய்?
கவலைப்பட்டாள்

புத்தகங்களும் பத்திரிகைகளும்
கொஞ்சம் தள்ளி நின்றன

மீறிக் கையில் எடுத்தாலும்
எட்டி நின்று கவனிக்கும் குழந்தைகள்
மூட வைத்து விடும்

பேரன் பேத்திகளெல்லாம் கிளம்பியவுடன்
தனியே பாட்டி

துணைக்கு
ஒரு பசு மாடும்
இரண்டு பூனைக்குட்டிகளும்.

## யோசனை

எறும்பை மிதித்தாலும்
மனம் வலிக்கும்தான் உனக்கு

அதற்காகத் தயங்கி விழிக்காதே

..தூங்குமூஞ்சி...
வசைகள் விழலாம்
விசையோடு ஒரு கரம்
உன்னைப் பற்றி இழுக்கலாம்

அருகிலிருப்பது
ஆத்மார்த்தமான உறவேயாயினும்
மிதித்தோ இடித்தோ இறங்கிவிடு

ஒரு நிமிடத்திற்கு மேல் நிற்காது இரயில்.

## விருந்து

இன்னும் கொஞ்ச நேரத்தில்
எல்லாம் நடக்கும்

இறுகிய முகங்கள்
சாவி கொடுத்தாற்போல கலகலக்கும்

இனிப்பும் காரமும்
அறை முழுவதும் விரவிக் கிடக்கும்

குரோட்டன் செடிகள் பற்றியும்
அமெரிக்க ஜனாதிபதி பற்றியும்

மாலைநேரச் சினிமா பற்றியும்
புதிதாய் வாங்கிய சேலை பற்றியும்

ஆர்வமாய்க் கருத்துப் பரிமாறல்கள் நிகழும்

இடையிடையே
அடங்காத பிள்ளையின் மீதும்
சீற்றம் பாயும்

அத்தைகளுக்கு
வாய்த்த கணவன்களின் போக்கும்

நகைகள் முழுவதையும்
உடலில் அடுக்கிக் கொள்ளும்
ஒன்றுவிட்ட பெரியப்பா பெண்ணின்
சகிக்க முடியாத ரசனையும்

விமர்சிக்கப்படும்

சென்ற வாரத்துப்
புது தின்பண்டத்தின் செய்முறையும்
இடையில் புகுந்து விளையாடும்

அனிச்ச மலர்களை
முகம் திரியாமல் வழியனுப்பியவுடன்
பொருத்திக் கொண்ட முகத்திரைகளைப்

பத்திரமாய் வைத்துச்
சுருண்டு கொள்ளும் வீடு.

## இனி வெறும் வானம் போதும்

பால்ய காலங்களில்

பறவைகளும் யானைகளும் தெரியும்
பிடித்தமான விலங்குகள் ஊர்வலம் போகும்

பஞ்சு மிட்டாய் போல்
புசுபுசுவென்று அசையும் எங்கும்

சாம்பல் கறுப்பு வெண்ணிறப் போர்வையில்
நிலா ஒளிந்து மீளும்
விளையாட்டுப் பொருளாய்த் தோன்றும்

இப்பொழுது தலையை உயர்த்தினாலோ
மனதை அரிக்கும் பயங்களும் விரக்திகளுமே
விசித்திரமான வடிவங்களில்

முக உறுப்புகள் இடம் மாறி
நெற்றியில் ரத்தம் தோய்ந்த நகங்களுடன்
நெளியும் உருவங்கள்

சிக்கலான பிணைப்பில்
மண்டையோட்டுச் சக்கரங்கள் கொண்ட
கவச வண்டிகள்

கூரிய பற்களுடன் ஓலமிட்டுச் சிரிக்கும்
அரக்க மிருகங்கள்...

பழைய மேகம் என்னவாயிற்று?

## இன்னுமொரு நண்பன்

முன்னொரு நாள்

கோழைத்தனமான
காதல் கடிதமொன்று வந்தது
நேரே முகம் காட்ட வெட்கி
யாரோ ஒருவர் மூலம்
கொடுத்து விட்டிருந்தான்...

அவனுக்குத் தெரியாது
என்னை
என் உணர்வுகளை
என் கனவுகளை
என் விருப்பு வெறுப்புகளை
எதையும்

கண்டதும் மயங்க முடியுமா
பூமியில் உலவுவதென்ன தேவலோக அரம்பையரா?

இத்தனைக்கும் மேலாய் எரிச்சலூட்டியது
அங்கங்கே நின்று கொண்டு
ஆரவாரத் தோழர்கள் புடைசூழ
தான் மட்டும் அமைதியாய்ப் பார்த்தது

சினிமா கதாநாயகனென்று நினைப்பு...

சகிக்கவே முடியாமல்
ஒருநாள் கூப்பிட்டுச் சொன்னேன்
"நீ நீயாக நடந்துகொள்...."

"செருப்பு பிஞ்சிரும்"
சொல்லாமலிருந்தது
ஆச்சரியப்படுத்தியிருக்கவேண்டும் அவனை

இப்பொழுதெல்லாம் அந்தப் பார்வை இல்லை
புன்னகைக்கிறான்

எத்தனையோ மாதங்கள் கடந்து
திடீரென்று நேற்று எதிரே வந்தான்
"மன்னியுங்கள்" என்றான்

நிதானிக்கும்முன் நடந்து கொண்டிருந்தான்
நிழல் படர்ந்த சாலையில்

## ஆற்றாமை

வாய் திறந்து கேட்டாலென்ன
சலித்துக் கொள்கிறாய்
எத்தனையோ முறை நினைவூட்டியும் போதவில்லை
இறுதியாய்க் கேட்டு நிற்கும்போதேனும்
பேசினாலென்ன

என்னால் இயல்வதில்லை
வாய் மேல் விரல் வைத்து
பொய்யாய்ப் பாசம் காட்டி
அடங்கி மழுப்பி
உன் முன் நிற்க

மகளென்ற நிமிர்வுடன் மூச்சிறுக்கிச் சாதிக்கிறேன்

அங்குமிங்கும் திரியும்
என்னைக் கண்டு கொள்ளாமல்
ஒன்றுவிட்ட சித்தப்பாவின்
அக்கா மருமகளைப் பற்றி
நாலாவது தெரு பெரியம்மாவுடன் வம்பளப்பு

இப்படியேயிரு என்பது போல்

தண்ணீர் குடிக்கிறேன்
சரியாகச் சாப்பிட முடியாமல் நெஞ்சடைக்கக்
கோழிகளுக்கு இறைக்கிறேன்

இன்னொருமுறை புத்தகங்கள் அடுக்குகிறேன்
அடுத்து என்ன செய்வதென்று தெரியாமல்
கைக்குட்டையைத் தேடுகிறேன்

வெயில் நகருவதும் தெரியாமல் வீண் பேச்சு...

குட்டுகளை மண்டையில் இறக்கி
புன்னகைத்தும் செல்லும் முகடு போல
பெருமிதமாய் ஓர் ஏளனப் பார்வை

கண்ணிலன்றி
மனதின் அலமாரிகளில் நிரம்புகிறது
ஓரிடம்.

## மழலை நாட்கள்

வயல் வெளியின் ஆட்டுக்குட்டிகள்
பொதிக் கழுதைகளாய்ச் செல்லுகின்றன
முதுகுப் பையோடு

நான்கு சுவர்கள்
ஒரு கதவு ஒரு சன்னல்
வரிசையாய் மரபெஞ்சுகள்...

கைதி பார்த்து மிரளும்
துப்பாக்கி போல்
கரும்பலகைக் கிறுக்கல்களைச்
சுட்டிக்காட்ட எடுத்த ஸ்கேல்...

சிறைச்சாலையின் மாதிரி வடிவம்
வெளிச்சமும் காற்றும் தவிர்த்து

பூதங்கள் குடுகுடுப்பைக்காரன்
பூச்சாண்டி வரிசையில்
பிரம்பு பிடித்த முகமும்

அம்மாவின் அணைப்பிலிருந்து
நீங்கிய நினைவில் அழுதும்
வந்தவுடனே தூங்கியும்
கனிவாய்க் குறுகுறுப்பாய் நோக்கியும்

சிரமப்பட்டு உட்கார்ந்திருக்கும்
மலர்களைப் பார்க்கும்போது
வலிக்கத் தொடங்கும் நெஞ்சு...

பேர்சொல்லி அழைத்ததும்
மருண்டு விழித்து உடல் நெளித்து
இமையோரம் திரளும் ஈரம்

காகிதக் கப்பலைக்கூடத்
தூக்க முடியாத கைகளில்
புத்தக பாரங்கள்...

பிஞ்சு விரல்களில் எந்நேரமும் பென்சில்

ABCD, அஆஇஈ, 123 என
வதங்கி ஒலித்துத் தேயும் மெல்ல
மழலை நாட்கள்.

## .....இருந்திருப்பாய்....

இந்நேரம்

எதிர்வீட்டுக் குழந்தை போல்
நர்சரிக்குச் செல்லும் பொம்மைகள் போல்

சின்னத் தேர் போல்
இருந்திருப்பாய்

அழகழகாய் மழலை பேசி
பிஞ்சுக் கால்களில் கொலுசணிந்து
முகத்தில் எட்டி உதைத்திருப்பாய்

சீருடையணிந்து
தினமும் காலையில்
ஒழுங்காய்ப் பள்ளிக்குச் சென்றிருப்பாய்

தூக்கம் வராத இரவுகளில்
முதுகின் மேல் ஏறி
யானையேற்றம் பழகியிருப்பாய்

ஆனாலும்
நீ எதிர்கொள்ள வேண்டிய

ஸ்டவ் வெடிப்புகளைவிட
பெல்ட் உதைகளை விட

புகுந்த வீட்டினரின்
நெருப்பு வார்த்தைகளை விட

அதிகமில்லை இந்த வலி

ஒருவேளை
இன்று இருந்திருப்பாய்

சுமையாக எண்ணிக்
கருவிலேயே
உன்னைச் சிதைத்திருக்காவிட்டால்.

## உறையுள் அயர்ந்த தூரிகை

பார்த்தேன் அவற்றை....

கண் சிவந்த சூரியன்
இருளில் முகம் மூடி
அழத் துவங்கிய அந்தி நேரத்தில்

சலனமற்றுக் கண்ணயர்ந்திருந்தன
நறுமண உறைக்குள்

உதடு நடுங்கப் பீறிட்டது விசும்பல்

"எனக்கு வரைய வருமா"
மெதுவாக ஒருநாள் கேட்டேன்

உன் வசீகரச் சிரிப்பு பதிலாக

வரைய முற்படுகையில்
வண்ணங்களைக் காணவில்லை

வண்ணங்கள் அருகிருக்க
'என்ன வரைவது'
மீண்டும் உறையுள் புகும்

நீளம் குறைந்தாற் போலவும் தோன்றுகிறது
முன்பிருந்ததை விட...

விழிகளில் கரைந்ததோ?

ஏன் அழிந்தது ஓவியம்
வரையத் துவங்குகையிலேயே?

எப்பொழுதும்
உன் விரல்களின் மென்மையும் பரிவும்
வருடுகின்றன மனதை

தூரிகையாய்....

## அமிலம் விழும் கணம்

"சும்மாத் தின்பதைவிட சாவது மேல்"
முள் தீண்டிய வார்த்தை
கொப்பளித்துப் புண்ணாய் உதிர்ந்தது

நெஞ்சோடு அணைத்து வளர்த்த நீங்களா சொன்னது?

தங்கைக்குத் தோடு தம்பிக்குப் புத்தகம்
அப்பாவுக்கு மருந்து அம்மாவுக்குப் புடவை...

எனக்கு மட்டும் ஆசையில்லையா என்ன?

அலுவலகப் படிகள் தேய
கண்ணாமூச்சி விளையாடும் நிஜங்கள்

"நிலவிலிருந்து குதித்ததாய்க் கற்பனை செய்யாதே.."
ஒவ்வொரு விடியலிலும்
வெவ்வேறு வடிவெடுக்கும் வசவுகள்

இடுப்பில் தூக்கித் திரிந்தவள்
நிலவற்ற இருளில் கதை சொன்னவர்
குறும்பாய்ச் சண்டை செய்பவள்
போட்டிக்கு வருகிறவன்...

எல்லோரும் அந்நியமாக
புண்ணின் ஈக்களாய் நினைவுகள்

வைக்கோல் கன்றுக்குட்டி நினைத்து
மடி சுரக்கும் பசு போல்
பட்டம் வாங்கிய நாளில்
கண்ட கனவுகளெல்லாம் இன்று ஓய்ந்து...

"மழையில் நனையாதே
சீக்கிரம் சாப்பிட்டுத் தூங்கு
புத்திசாலி என் மகன்..."

அரைக்கால் சட்டையிட்ட காலத்தில்
காட்டிய சின்னச் சின்னப் பரிவுகள்
எல்லாம் அழுகிக் கரைய....

இன்னும் காத்திருக்கிறேன்
மீளவும் வரும் என் நாளென.

# மலர்க்குப்பை

மரங்களைச் சாய்த்து
கலங்கலுடன் பாய்ந்தோடிய புதுவெள்ளமாய்
வீடு நிறைந்த உறவுகள்

கையிலும் பையிலும் சுமந்து வந்து
வீடெங்கும் வாரியிறைத்தன கண்ணீரை

குழந்தைகள் விளையாடின

மூக்குச் சிவக்கத் துடைத்து
அழுதனர் பெரியோர்

பொருள் பொதிந்த நோக்குடன்
அங்குமிங்கும் நகர்ந்து
வாசல் தாண்டியவுடன் பேசிக் கொண்டனர்

"மலை மாதிரி இருந்தவனை
என்ன செய்தாளோ?"

கிழிக்கும் உறவுகள்
நறுக்கும் உறவுகள்
தைக்கும் உறவுகள்

சாலை முழுக்க வீசியெறியப்பட்ட மலர்கள்
மௌனமாய்ப் பார்த்திருக்கும்

சுற்றுமுற்றும் துழாவும் கண்கள்

அறையில் குழந்தைகள் விளையாடிய சுவடிருக்கும்
பூ உதிர்வுகள் அங்கங்கு

வந்த உறவுகள் வடிந்தோடியிருக்கும்

சேறாகும் மனது
திணறும் மீன்களாய் நினைவுகள்...

எங்கிருக்கிறாய்?

## பந்தம்

தலையைத் தண்டவாளத்தில்
விட்டிருப்பேனென்று நினைத்திருப்பாளோ

அடிவயிற்றிலிருந்து பிளந்து தெறித்த சத்தம்

சொல்ல நினைத்து
மறந்தே போய் விட்டேன்

தொலைபேசியின் நினைவும் எழவில்லை அப்போது

வருடக்கணக்கான கதைகளை
மூட்டையிலிருந்து கொட்டுவது போல்
தோழியிடம் பேசிக் கொண்டிருக்கையில்கூட
நினைத்துப் பார்க்கவில்லை.

களைப்பாய் நுழைகையில்
அசாதாரணமாய் வாசல் கதவில்
சாய்ந்திருந்த தலை

ஒருநாளும் இருந்ததில்லையே இப்படி

செய்தித்தாளில் கண்கள் ஓடவில்லை
என்னவாக இருக்குமென்று
மெதுவாக முகம் பார்த்து அமர்ந்தபோதுதான்
இந்த வெடிப்பு

8.15 யூனிட் பிடிக்கும்
காலை அவசரத்தில்
'எங்கியாவது ஒழியறேன்'

சொன்னது உண்மைதான்

செருப்பு மாட்டியபோதே கோபம் போயிருந்தது
அதைவிட உண்மை

காலையில் போன நானா
மாலையில் திரும்புகிறேன்

ஏதாவது திட்டியிருக்கலாம்
அறைந்திருக்கவாவது செய்யலாம்

ஏன் இந்த அழுகை?

## கைத்தடி மனிதன்

சுவர் மூலையில் பூனையின் முனகல்

சன்னலில் வீசும் சாரல்
முகக்குழிகளைத்
தழுவிச் செல்லும் தென்றல்
ஓயாத கடிகார நடுங்கல்...

தனிமை சூழ்ந்த என் அறை

இது
காலையாக இருக்கலாம்
பகலாக இருக்கலாம்
அந்தியாக இருக்கலாம்

பிறர் சொல்வது போல்

காற்றில் அலையும் கரம்
நிச்சயமற்ற தடுமாறும் நடை

சாலை நகர்வுகளில் எனக்கான ஒதுங்கல்கள்
இரங்கல் வார்த்தைகள்
கவனிக்காமல் மோதும் மனிதர்கள்...

ஒலிகளும் ஸ்பரிசங்களுமே
நிறைக்கின்றன
என் வாழ்வை

ஏனோ இரண்டைத்தான் உணரமுடிகிறது
தடி நடுங்கும் இடத்தில் தடை
மிதக்கும் இடத்தில் வெளி..

சொல்லுங்கள்
சூரியனும் நிலவும் எப்படி இருக்கும்?

## திணிப்பு

நானாக வாங்கினால் பிடிக்கவில்லை உங்களுக்கு

ஒன்றும் சரியில்லையென்று
முகத்தைத் திருப்பிக் கொள்கிறீர்கள்

பழைய மாடலாக இருக்கிறது
தரத்துக்கு மிஞ்சிய விலை
காலை விட்டு நீண்டிருக்கிறது
நான்கு நாளில் பளபளப்பு போய்விடும்

என்னவெல்லாமோ சொல்லிப் பார்க்கிறேன்

இருந்தாலும் உங்களுக்குப் பிடிவாதம்
உங்கள் கைப்பட வாங்க வேண்டுமென்று...

கல்லும் முள்ளும் குத்தினாலென்ன
வெறுங்காலில் போய்த் தொலைகிறேன்
அடம் பிடித்தும் கேட்பதில்லை

இதைத்தான் போட்டுக்கொள்ள வேண்டும்
தாத்தா காலத்திலிருந்து
இதே செருப்புக்கடைதான்

ரொம்பக் கால்ராசியான கடை...

வெறுத்துப்போய்
நிறம், அளவு, வடிவம், தன்மை
எதுவும் தெரியாமல்
வாங்கிக் காலிலும் மாட்டியாயிற்று

எப்படி நடப்பது
உங்கள் செருப்பணிந்து?

சில கீறல்கள் சில கசிவுகள்
சில ரணங்கள் சில தழும்புகள்

தூரத்தில் தேயும்
உருவத்தை மட்டுமே காண நேர்கிறது
எப்போதும்

கூடவே கால் வலிக்க
ஓடி வரும் நெஞ்சு
நின்று பார்த்து அருகிலேயே நடந்து
கனத்துடன் மீளும் என்னிடம்
களைப்போடு

கூடை நிறையச் சொற்களுடனும்
புன்னகைகளுடனும் ஆவல்களுடனும்
மலர்ந்து வரும் இதயம்
சூழலைச் சபித்து ஒடுங்கிப் புதையும்

தனிமைகளில் வலிக்கும்

மௌனமான பொழுதுகளில் பேசுவது கேட்கிறதா?
என்றாவது எனக்குச்
சில நிமிடங்கள் கொடு

ஒன்றும் சொல்லாமலேயே போய்விடுவேன்
போலிருக்கிறது...

எத்தனையோ புத்தகங்களைப் படித்திருக்கலாம் நீ
ஆனால் உளவியலை அறிய நினைப்பதெல்லாம்
நிச்சயமாக முடியாத காரியம்தான்

அழைப்பேனென எதிர்பார்த்து
அதைக் கவனமாய் மறைத்துச் சிரமப்படுகிறாய்
ஒரு குடையில் போக முடியாது நாமிருவரும்

அதோ இருக்கிறது ஆலமரம்
சிறிது நடக்கலாம்
சொட்டும் மழைத்துளி நெற்றியில் வழியும்
அவ்வளவுதானே

பிணைந்த கரங்கள் நசுங்கின
என் விரலில் கொப்பளிக்கிறது உன் உதிரம்
முகமெங்கும் பூசியபின் கரைகிறது கண்ணீரில்
கரைந்து போ காற்றில்
முகம் விரிய சுவாசிப்பேன்

மண் தேடும் வரை
உறுத்தலுக்கு இதமாய்
வந்து போகட்டும் காற்று

பலரின் மத்தியில் பகல் கழிகிறது
ஒரு முறுவலையோ ஆறுதலையோ நெகிழ்வையோ
எதிர்பார்க்கவியலாத கொடுக்கவியலாத பலர்

எவ்வளவு பூரிப்பைத் தருகின்றன
காற்று சுமந்து வரும் ஒலித்துகள்கள்

பாராமுகங்கள் போதும்
நேரில் வந்தால் தோளில் குத்தி
காதுகளைத் திருகிக் கன்னத்தைக் கிள்ளுவேன்

பாவமில்லையா தண்டனைகளை
ஒன்றுமறியா தலையணைகள் பெறுவது?

என் கண்கள் உன்னை நோக்கட்டும்
பயப்படாதே
நான் புலியோ பாம்போ அல்ல

பூந்தோட்டத்தில் மலர்கள் இருக்கின்றன

அதனதன் நிறத்தில்
காற்றுக்கு அசைந்து நீருக்குக் குனிந்து
சூரியனுக்கு வதங்கி காலத்துக்கு உதிர்ந்து...

எழுந்து அமர்ந்து சிரித்து
பேசி வினவி இரு இயல்பாய்

எதற்காக இதை எழுதுகிறேனென்று
எனக்கும் தெரியாது

எப்பொழுதும் நினைவுகளில்
இனிமையாய் இருக்கிறாய் நீ
ஒரு கவிதையைப் போல்

இந்த இருளினூடாக
எங்கிருந்தோ
என் மேல் விழுகின்றன
உன் கண்கள்

எனக்கு என்ன உரிமை இருக்கிறது?
வெறுமனே பரவியிருக்கும் காற்றில்
நிறைந்திருக்கின்றன
உன் தவிப்புகளும் சலிப்புகளும்

பிறர் முன்னால் தொடர்பற்றுப் பேசி
சிரித்து மழுப்பி
நினைத்தால் ஒதுக்கி நினைத்தால் ஏற்று...

மெல்லிய கடற்காற்றுக்கு அசையாத பனைமரமா
உன் நெஞ்சம்?

என் விம்மல்கள்
உனக்குத் தெரிய வாய்ப்பில்லை

என் மௌனங்கள் உனக்கொரு பொருட்டல்ல

புன்னகைத்துக் கொண்டே
என்னை நீ தண்டிப்பது புரிகிறது..

உபசரிக்கவே தெரியவில்லை
எனக்கு அவமானமாய் இருக்கிறது
ஏன் வந்தேனென்று...
குறைபட்டுக் கொள்கிறாய்

வா, நலமா,
இளைத்தாற் போலிருக்கிறதே
உட்கார்,
தண்ணீர் குடி...

ஏதாவது சொல்ல வேண்டும் உனக்கு

எனக்கு அப்படியில்லை
வார்த்தையின்றியே உணர்த்த முடியும்
நிறைய்ய...

வான் நோக்கி மண் நோக்கி
மரம் நோக்கி பூ நோக்கி
நகரும் உன் விழிகள்

அவமதிப்புகள் தொடரத் தொடர
முடங்கும் உயிர்
நெஞ்சில் ஆணிகள் அடிக்காதே மேலும்

எல்லாம் மண்ணறியும் சருகறியும்

உன் நினைவுகளில் நிலைக்கட்டும்
நம் சந்திப்புகளின் பசுமை

வாகன இரைச்சல்களுக்கிடையில்
ஒலித்த என் குரலிலிருந்து
விளங்கிக் கொண்டிருக்கவேண்டும்

பொதுத் தொலைபேசியென்று

"என்ன இந்த நேரத்தில்
அதுவும் வெளியில் வந்து..."

நீ முடிப்பதற்குள்
என் விசும்பலும் மௌனமும்

"என்ன ஆனது திடீரென்று?"

எதிர்பார்ப்புகள் உடைத்து
மழை போல் சப்தம்...

"வாயடைத்து விட்டதா உனக்கு
சனியனே பேசு"

என் கண்ணீர்
உன்னைச் சுட்டிருக்க வேண்டும்

தொலைபேசி வழியாக
அழுகை நிறுத்துவது ஏலாதென்று

இன்றேனும் புரிந்திருக்கக்கூடும் உனக்கு

உன் கண்களைப் பிடிக்கும்
கடல் போன்றவை

அந்த நெளிவு துடிப்பு

பின்வாங்கல்
சுருளல் தவிப்பு முயற்சி
தோல்வி

கரை தாண்ட முடியாத சோகம்...

மணிக்கணக்கில் ரசிக்கலாம்; மற்றபடி ஒன்றுமில்லை

வெறும் உப்புத் தண்ணீர்தான்
இரண்டுக்கும்

ஒன்றுமில்லை
ஒரு வலியும்
ஒரு வீக்கமும் தவிர
ஒரு விழிப்பும்
ஒரு நினைவும் தவிர

ஒன்றுமில்லை
ஒரு சிதறலும்
ஒரு காயமும் தவிர
ஒரு மீட்சியும்
ஒரு கண்மூடலும் தவிர

ஒன்றிருக்கிறது
ரணம் மேல் ரணமாக
ஒன்று மட்டும் இருக்கிறது

கல்லறைக்குள்
மெல்ல அழுகும்
ஒரு பெரும்புண்

## ஓர் அருவம்

அதுதான் எல்லாம்

அழுதது புலம்பியது
எல்லாம் அதற்குத்தான் தெரியும்

நான் தனி
அருவம் மட்டும் போதும் எனக்கு
பெயர்கள் வேண்டாம்....

## சூரியக் கோபம்

மலர் கொடுக்காமலேயே நீளுகிறது
வெட்டவும் மனமில்லை

எத்தனை முட்களைத்தான் பொறுப்பது?
சலிப்புத்தான்....

மழையும் ஒத்துக் கொள்ளவில்லை
வெயிலும் ஒத்துக் கொள்ளவில்லை
பனிநாளில் தளிர்கூட விடாமல் நெடுந்தூக்கம்

இருந்தாலும் ரோஜாச் செடியே
முட்களை முறித்துத் தளிர்களைத் திற...

மலர் வராமலா போய்விடும்?

காத்திருக்கிறேன்
ஒளி உமிழும் சிரிப்புக்காக

## ....எப்போதும்...

ஓடித்திரிகையில்
பக்கத்து வீட்டு மாமா
கோவிலுக்குச்
சைக்கிளில் அழைத்துச் சென்றார்
'எவ்வளவு பக்தி' என்று
மகிழ்ச்சியாய் அனுப்பி வைத்தார்கள்

அப்போது அப்பாவின் சின்னஞ்சிறுமகள்

கல்லூரி நண்பர்களுடன்
சைக்கிள் உருட்டிக்கொண்டே
சினிமா பார்க்கச் சென்றபோது
ஆளுக்கொருபுறம்
முகம் தூக்கி வைத்துக் கொண்டனர்

அப்போது அண்ணனின் தங்கை

சாலை மறியலால்
குடும்ப நண்பரின் மொபட்டில் வர
எல்லோர் கண்ணும் ஈட்டியானது

அப்போது ஒருவனுக்கு மனைவி

"நான்கூட ஒரு காலத்தில்
வாகனம் ஓட்டியிருக்கிறேன்"
சொன்னவளைக் கேலியாய்ப் பார்த்தனர்

அப்போது பிள்ளைகளின் தாய்

"உனக்கு வண்டி சவாரி

ஒத்து வராதென"
வீட்டிலேயே உட்கார்த்தி விட்டு"

கையசைத்துச் செல்கின்றனர்

இப்போது குழந்தைகளுக்குப் பாட்டி

யாருக்கும் தெரியவில்லை இன்னும்
நானும் மனுஷியென.

## நீருக்கும் வானத்துக்குமான இடைவெளி

கிணற்றுக்குள் தள்ளி விட்டார்கள்

நீர்த்துளித் தெறிப்பும் குளிர்ச்சியும்
பரவசப்படுத்தின
கொஞ்சநேரம்
ஏகாந்தமாய் மிதந்தேன்

ஆடைநனைய உடலும் நனைய
தலைக்குள் நீரோட்டம்

மூழ்குகிறேனோ

இருந்தும் உடல் தத்தளித்தது

அங்குமிங்கும்
ஒரு வேருக்காக அலைந்து திரிந்து
மூழ்கத் தொடங்கினேன்
கையில் சிக்கிய பாசிகளுடன்

இமைக்குள் இருண்ட நீராய்ச்
சலசலத்தது வானம்...

## சிடுக்கு

சிவப்புத் துகள்களாக
ரோஜாவைக்
கத்தரிக்கும் கோரமும்
குடி கொண்டிருக்கிறது

பசியால்
அழும் பூனைக்குட்டியைப்
பதற்றத்துடன் தூக்கிக் கொள்ளும்
நெஞ்சில்

## மறைந்து போனது எல்லாம்

எதுவுமே எதுவுமில்லாதபோது
எதுதான் உலகில்
நசுங்கிப் போகிறது காலம்
அதீத சுயத்துடன்

சென்ற கணம் பொய்யாகப் போக
அடுத்த கணம் பொய்யாய்த் தோன்ற
இந்தக் கணம்?

சன்னலை மேசையை அலமாரியை வாசலைத்
தழுவிக் கிடந்த கவிதை வரிகள்
கொஞ்சம் கொஞ்சமாய்...

எங்கே உணரப் போகிறேன் இனி?

மாற்றங்களின் கேள்வி ஞானம்
தகித்தது நிஜத்தில்
வந்த சுவட்டைத் தொலைத்து

விழிக்கும் சின்னக் கனவுகள்
பசையிட்ட நெஞ்சின் புரட்சிகள்...

ஒரு குருவிக் கூச்சலில்
மறைந்து போனது எல்லாம்.

## அவளும் அம்மணியும்

அமர்க்கண், நகையிதழ்,
செஞ்செவி,
வினைபுனை கை, சுடர்அறிவு

தலைநிமிரா
பேச்சதிரா
மரபு பிழையா கொழுந்து

செத்தபிறகுதான்
சொன்னார்கள் இப்படி

அம்மணிக்கு
இதில் ஏகப்பட்ட பெருமை
அத்தனைப் பெருந்துயரத்திலும்

குச்சிமிட்டாய் தின்று
தெருப்புழுதி தாவணியில் புரள ஓடி

டெண்ட் கொட்டகையில்
விரல் பின்னி அமர்ந்து
காதல் கதைகளாகத் தேர்ந்தெடுத்துப் பார்த்து

குட்டிச்சுவர் குரங்குகளைக்
கடைக்கண்ணால் உசுப்பேற்றி

குழந்தைகளைத் தட்டாமாலை சுற்றி

விசித்திர நாயகனுக்காய் விழி பூக்கும்
அவளது ஒரு பக்கம்

எனக்கும் நன்றாய்த் தெரிந்திருப்பினும்

ஆமோதித்தே தீர வேண்டியிருந்தது

அம்மணியின் அளப்பை

மூதேவி..சன்னல்கிட்ட நிக்காத...
சொன்னவள்தான்
இப்பவெல்லாம் சொல்லிக் கொள்கிறாள்

காதல் கத்தரிக்காய் எல்லாம் நுழையாத
வெள்ளை மனசு எம்பொண்ணுக்கு

## சாலைப்புண்

சாலையை அரைத்துக் கொண்டே
நகருகிறது மண் லாரி

வேடிக்கை பார்க்க
ஓடி வருகின்றன குழந்தைகள்

யானை மாதிரி
மண் மீது உருள்கிறது ரோலர்

மனை வாங்குகிறான் சாலை காண்டிராக்டர்

கோடைவிடுமுறையில்
கற்களின் மீது உருள்கிறது ரோலர்

அடித்தளம் போட்டு வீடு கட்டுகிறான்

தார் போடுவதற்கு முன்
மழை இழுத்துச் செல்கிறது சாலையை

மனை புகுவிழா நடத்துகிறான்

உறவுகளும் நட்புகளும்
குண்டுங்குழியுமான
சேறு தங்கின சாலையில்
தடுக்கித் தள்ளாடிக் கொண்டே
செல்கின்றனர்
கைகளில் பரிசுப் பொருட்களுடன்

சாலையிருக்கிறது புண்களுடன்

# இறுக்கம்

கேள்விப்பட்ட நொடியில் அதிர்வு
வாயே திறக்கவில்லை

இயல்பாயிருப்பது போல் நடித்து
ஒப்புக்குப் பேசி எங்கோ வெறித்து

பஸ் நெரிசலில்
வியர்வையுடன்
இமையோரக் கண்ணீரைத் துடைத்தேன்

அதட்டலுக்கு அடங்காத
செல்லப்பிள்ளை போலக் கண்ணீர்

உதடு இறுக்கியும்
தலைகுனிந்தும் விடுவதாயில்லை...

அறையில் புத்தகங்களிலும் அமிழ்வதாயில்லை...

தேவையில்லாமல்
இரண்டு அறை வாங்கினான் தம்பி

வெட்கமாயிருந்தது
தாள்களைக் கிழித்தெறிந்தேன்

தூக்கமே வராதோ...
நினைத்துக் கொண்டிருக்கும்போதே
கண் செருகியது

விழித்துப்
பல் தேய்க்கும்போது
பேசாமல் ஒதுங்கிப் போனான்
தம்பி

என்னையே யோசித்துக் கொண்டிருந்தேன்
திரும்பவும் அழ வேண்டும் போலிருந்தது

எனக்கு இல்லாமல் போய்விட்டது என்பதையா
இன்னொருவருக்குக் கிடைத்துவிட்டது என்பதையா

எதை ஏற்றுக்கொள்ள மறுக்கிறது
இந்தக் கண்ணீர்...

## ஏழாவது பிணம்

இன்று
ஏழாவது பிணம் பார்த்தேன்
ரயில் நிலையத்தில்

அதிகாலை
விழுந்ததாகவே பேசிக் கொள்கின்றனர்
ஒவ்வொரு முறையும்

முகம் தெரியுமாறு
சில நாள் வைத்திருக்கின்றனர்

படிக்கட்டுகளின் கீழ்ப்பகுதிதான்
எப்போதும் அதன் இடம்

காதுகளில் இரத்தம் வழிந்து
கால்கள் துண்டுபட்டு
மண்டை உடைந்து
ஈக்கள் மொய்க்கக் கிடக்கும்

ஒருநாள் குறிப்பெடுத்தார் காவலதிகாரி

நிறம் தழும்பு மச்சம்
முக அடையாளம்...
விவரங்களை

இந்தப் பிணத்திற்கு முகமே இல்லை

ஈக்கள் அதிகம் மொய்த்தன
தேடுவது போல்

கிடக்கட்டும்
இப்போது என் கேள்வி

எல்லாமே ஏன்

புழுதி படிந்த
லுங்கியணிந்த
எண்ணெய் காணாத் தலையுடனேயே?

## கறுப்புத் தங்கம்

நிறைய புடவைகள்
கூடவே பட்டு

கொஞ்சம் பாத்திரங்கள்
நிறைய்ய பணம்

முக்கியமாய் நகைகள்

பட்டியல் நீளுகிறது
நான் தூங்கி விட்டதாய் நினைத்து
நீங்கள் பேசும் இரவுகளில்

என்ன செய்வது

இமை கண்ணுக்கிருப்பதுபோல்
காதுக்கு இல்லையே

விழாவிட்டால் மட்டுமென்ன
பகலில்
பார்வைகளிலேயே புரிந்து போய்விடுகிறது

அது எப்படி
என் சின்னச் சின்ன சந்தோஷங்களைக்
கருக்கிக் கருக்கிப்
பொன்னாய் மாற்ற முடிகிறது
உங்களால்?

யாருக்கும் நேரக் கூடாது
இலைகளற்ற வானம்
ரசிக்கும் கொடுமை

## சிதைவு

அந்தரத்தில் வெடித்துச் சிதறியது விமானம்

பாலம் பிளந்து
கரை புரண்டோடும் நீரில்
தலைகுப்புற விழுந்தது
இரயில்

புயல் மழை வெள்ளத்தால்
செத்தோர் எண்ணிக்கை
எழுநூறாக உயர்வு

பூகம்பம்
விழுங்கியோர் கணக்கு
சரிவரத் தெரியவில்லை

இரசாயனக் கழிவு
குழாய் நீரில் கலப்பு

பல்லாயிரம் மக்கள் வாழ்க்கை
விஷமாக்கப்பட்டது

அரிவாள் வீச்சுகள் குண்டு வெடிப்புகள்
அமில மழைகள்

இன்னும் கலவரங்கள் போர்கள்...

புன்னகையுடன்
நளினமாகத் தலையசைத்து
வாசிக்கப்படும் தொலைக்காட்சிச் செய்திகள்

அறிவிப்பாளர்களைக்
குறை சொல்லிப் பயனில்லை

நாசி புகுந்து வரும் காற்றாய்
சகஜமாகி விட்டன இன்று

சக மனிதர் மரணங்களும்

### ராணிக்குட்டி

"சித்தி...சப்பாத்தி சுடறேன்..."

அப்பொழுதுதான் பெருக்கி வைத்த தரையில்
மண் கொட்ட வந்தாள் ராணி

கையில் பிளாஸ்டிக் கரண்டியும்
கிண்ணமும்

"அடி..பிச்சுருவேன்"
முறைத்தேன்

ஓடிவந்து
பிஞ்சுக்கையால் மாறிமாறிக் குத்தினாள்

"சரி சரி தோசை சுட்டுக்கோ"
சொன்னதும் மலர்ந்தாள்

தரையெல்லாம் மண் தோசை.

## வாய்த்தது

தென்றலில்லை
Air cooler இருக்கிறது

குயிலில்லை
Tape Recorder இருக்கிறது

நண்பர்களில்லை
Fictions இருக்கின்றன

சிரிப்பது
Television பெட்டிகளோடுதான்.

## தினமும் கிடைப்பதில்லை ரோஜா

வந்தது சரியில்லையோ

சூழ்ந்திருப்பவை அந்நியமாய்த் தோன்ற
புரியாமல் பார்க்கிறேன்

"அப்படி என்ன ஒரு பிடிவாதம்
கிடைக்கலையென்றால் திரும்ப வேண்டியதுதானே"

"இப்பொழுதெல்லாம் செயற்கையாகவும்
கிடைக்கின்றன
வா
நான் அழைத்துச் செல்கிறேன்"

எனக்கு வேண்டாம் அவை

தொலைப் புள்ளியாய்ப் பட்டு
நெருங்க நெருங்க
வண்ணக்கலவையிலிருந்து
பனி சிந்த முகம் நீட்டி

எனக்காகவே பிறந்த மாதிரி
ஆர்வமாய்க் கூப்பிடும்
அந்த ஒரு மலர்தான் வேண்டும்

என்றேனும்தான் கிடைக்கிறது
இருந்தாலென்ன

# குமிழி வானம்

சாலையைக் கடக்க வேண்டும்
நினைவைவிட்டு நீங்க மறுக்கின்றன
பயணக் காட்சிகள்

●

குளத்து அரசனுக்குக்
கிரீடங்கள் குடைகள்
சூட்டுகிறது மழை

●

எலிப் பொந்தின் வாசலில்
உணவு
கண்ணாடித் தூளும் விஷமும்

●

இருட்டு எப்படி வந்தது
நடுப்பகலில்
கருங்குருவிக் கூட்டம்

●

மலர் கிள்ளுகையில்
பறந்து போனது
தேன்சிட்டு

●

இலை மீது மழைத்துளி
முகம் பார்க்கிறது
குருவி

●

## தளிர் மரங்கள்

அருகில் வரும் போகும்
கண்களைக் கொத்தும்
பைனாகுலர் பறவைகள்

●

சவப்பெட்டியில்
ஆணியடித்தபின் ஏங்கக் கூடாது
முகம் பார்க்க

●

தேவி தரிசனமாகித் திரும்பியபோது
நேற்றைய பூசை மலர்கள்
பாதையோரமாய்

●

கல்லறையில் உறங்கும் அம்மா
போட்ட பின்னல்கள்
தலை வாரும்போது வலி

●

கார்காலத் தூறல்
புதர் தேடி
மான்கள்

●

இனிய காலை வணக்கங்கள்
எனக்குத் தெரியும்
நேற்றும் இப்படித்தான் சொன்னேன்

●

## பூவிருள் ஓவியங்கள்

அந்தித் தூரிகை
வரைந்த பூவிருள் ஓவியங்கள்
மின்சாரப் பூக்கள்

●

நனைய நனைய நிமிரும் புற்கள்
நின்ற இடத்திலிருந்தே
தூரம் கடக்கும் பார்வை

●

கதவைச் சாத்தினால்
பின்னிய வலை கலையுமென்று
சிலந்திக்கா தெரியாது?

●

பசும் தழைகள்
பறக்கின்றன வானில்
கிளிகள்

●

தெறிக்கும் மழை
கரைகிறது
இலைப் புழுதி

●

வயலில் வெண்ணிறப் பசுக்கள்
வானக் கண்ணாடியில்
மேகங்கள்

●

## விதை வேர்கள்

பிளாஸ்டிக் சாடி மொய்க்கிறது
பூவாச நினைவில்
வண்டு

●

மரவள்ளிக் கிழங்குகளைத்
தோண்டித் தின்கின்றன பன்றிகள்
விவசாயி வெறிக்க

●

பனி பொழிகிறது
தனியாய்க் காவல் காக்கிறது
நாய் மட்டும்

●

கரி படர்ந்த அரிக்கேன் ஒளியாய்
கூடவே வரும்
மேகம் மூடிய சூரியன்

●

தேங்கிக் கிடக்கிறது
நீர்த்துளிகளாய்
தரையில் விழுந்த பனிக்கட்டி

●

மை தீரும் நேரத்தில்
நன்றாக எழுதும்
நம் பேனா

●

விஷம் சீறிப்
பின்னேகும் உன் வசவுகள்
செருப்புத்தூசி

●

குடையை மடக்கு
நனைந்தாலென்ன
வானவில் பார்க்கலாம்

●

அடிக்கடி கன்று முகரும்
வண்ணம் பூசாதீர்கள்
பசுவின் கால் குளம்பில்

●

காற்றில் மகரந்தப் பொடிகள்
வதங்க எத்தனிக்கிறது
அடுத்த மலர்

●

நடுங்கும் சிறகுகள்
கோதி மலரும் கிளைகள்
மழைச் சூரியன்

●

விழிக்கோளங்களைத் தின்னும்
ஆயிரம் எறும்புகள்
உன் நினைவுகள்

## குருவிகள்

பசுவும் கத்துகிறது
கன்றும் கத்துகிறது
இன்னும் வரவில்லை பால்காரன்

●

சந்துமுனை இன்னிசை
மின்கம்பத்தில்
குருவிகள்

●

கிணற்றுப் பொந்துகளில் கூடு
சிலநேரம் நீரில் மிதக்கும்
குருவிக் குஞ்சுகள்

●

பசுக்கள் புல் மேய்ந்தன
முறிந்தது
ஊசித் தும்பியின் இறக்கை

●

கனவில் வருவாய்
எண்ணிப் படுத்தேன்
தூக்கமே வரவில்லை

●

துரத்தும் நிழல்
பழித்தேன் காலால் நசுக்கி
உச்சி வேளை

●

அழும் குழந்தை
உடைந்த பென்சில் மூக்கு
கனவு

●

புறாக்குஞ்சைத் தாக்கும்
விஷ அம்புகள்
உன் மௌனம்

●

அலைகளின் முத்தம்
கரைந்து போகும்
கரைமணல்.

## சருகு

தலையெங்கும் தோல்விகளாய் நரை
முகமெங்கும் இழப்புகளாய்ச் சுருக்கம்

மோவாய் சொரிந்து
பொன்வண்ணக் கனவுகளைத் தனிமைகளில் தேடி...

கழுத்து உதறி
மறக்க முடியாத நினைவுகளை மறந்து

துகள்களாய் விழுகிறது காலம்

நோய்களின் விதை
உடலில் விழுந்து மரமாகி

கல்லறை வழி நோக்கிச்
சரிக்கிறது கிளையை

உள்ளிருக்கும்

ஒரு பைத்தியத்தை
ஒரு பிணத்தை
ஒரு மலரைப்

பத்திரமாய் வைத்து
உடலும் மனமும் வலிக்கத்
தள்ளாடுகிறது நடை

ஒரு மனிதன் உதிரும் ஓசை
மெல்லியது.